AF741888

ഓഷോ ധ്യാനോത്സവം

Nadakkavu, Kozhikode, Kerala
Tel:0495–4020666
www. insightpublica. com
e-mail: insightpublica@gmail. com
Title: **Premam Oru Swathanthra Pakshiyaakunnu**
(Malayalam)
Author: **Osho**
First Insight Edition: September 2023

ISBN 978-93-5517-436-9
Printed and Published by
Insightinpublica Printers & Publishers Ltd.
₹200

ഓഷോ

പ്രേമം ഒരു സ്വാതന്ത്ര്യ പക്ഷിയാകുന്നു

INSIGHT PUBLICA®

ഓഷോ ധ്യാനോത്സവം
പരമ്പരയിലെ പന്ത്രണ്ട് പുസ്തകങ്ങൾ

1. **അസ്തിത്വത്തിന് സമർപ്പണം ചെയ്യുക**
   Surrender to Existence
2. **അതെ പറയുക!**
   Say Yes!
3. **പ്രേമം ഒരു സ്വതന്ത്ര പക്ഷിയാകുന്നു**
   Love is a Free Brid
4. **ജീവിതം ഒരു വരദാനമാകുന്നു**
   Life is a Gift
5. **ഭൂമിയിൽ അപരിചിതൻ**
   Stranger to the Earth
6. **സ്വയം ഒരു ദീപമായിത്തീരുക**
   Be a lamp unto yourself
7. **നാം സ്വയം പറക്കുന്നു**
   Alone we Fly
8. **ആപത്കരമായി ജീവിക്കുക**
   Live Dangerously
9. **ഭയമില്ലായ്മ ഞാൻ പഠിപ്പിക്കുന്നു**
   I teach Fearlessness
10. **നിങ്ങളുമായി ഒന്നായിത്തീരുക**
    Become one with yourself
11. **സമുദ്രത്തിൽ ഒരു മഞ്ഞുതുള്ളി**
    A Dewdrop in the Ocean
12. **ധ്യാനം: ഒരു ആനന്ദഹർഷം**
    Meditation: An Ecstasy

പ്രേമം സൂര്യനെപ്പോലെയും
വ്യക്തി മഞ്ഞുകട്ടയെപ്പോലെയുമാണ്.
പ്രേമമാകുന്ന ആ സൂര്യൻ
പരിമിതികളില്ലാത്ത ഒരു സമുദ്രത്തെ
അവശേഷിപ്പിച്ചുകൊണ്ട്
ആ മഞ്ഞുമലകളെ ഉരുക്കുന്നു.
അതിനാൽ പ്രേമത്തിനുവേണ്ടിയുള്ള അന്വേഷണം
ദൈവത്തിനുവേണ്ടിയുള്ള അന്വേഷണമാകുന്നു.
പ്രേമം ഉരുക്കുകയും നശിപ്പിക്കുകയും ചെയ്യുന്നു.
കാരണം പ്രേമം ഉരുക്കുക മാത്രം ചെയ്യുന്നു,
അത് നശിപ്പിക്കുക മാത്രം ചെയ്യുന്നു.

മുഖവുര

വരും താളുകളിൽ കാണുന്ന വാക്കുകൾ ബോധ പ്രാപ്തനായ മഹാഗുരു ഓഷോ തന്റെ ശിഷ്യന്മാരോടും ഇന്ത്യയിലെ അദ്ദേഹത്തിന്റെ പൂന ആശ്രമം സന്ദർശിച്ച മറ്റു സാധകരോടുമായി ചെയ്ത പ്രഭാഷണങ്ങളിൽ നിന്നും എടുത്തിട്ടുള്ളതാണ്. ഫോട്ടോകളിൽ അധികവും ആശ്രമത്തിനകത്തുനിന്ന് എടുത്തിട്ടുള്ളവയാണ്: ഓഷോ തന്റെ ശിഷ്യരോടും അതിഥികളോടുമൊപ്പമുള്ളവ, സാധകർ ധ്യാനം ചെയ്യുകയോ മറ്റു പ്രവർത്തനങ്ങളിലേർപ്പെടുകയോ അല്ലെങ്കിൽ വെറുതെ വർത്തിക്കുകയോ ചെയ്യുന്നവ. (പൂന ഓഷോ മെഡിറ്റേഷൻ റിസോർട്ടിൽ നിന്നുള്ള ഫോട്ടോകൾ കൂടാതെ ഓഷോ ദം (ഡൽഹി), ഓഷോ നിസർഗ, (ഹിമാചൽപ്രദേശ്), ഓഷോ തവോവൻ (നേപ്പാൾ), രജനീഷ്പുരം (അമേരിക്ക), മേസ്കോ ഉൾപ്പെടെയുള്ള ചില വിദേശനഗരങ്ങളിൽ നടന്ന മെഡിറ്റേഷൻ ക്യാമ്പുകൾ, കേരളത്തിൽ നടന്ന ചില ഓഷോ ഇവന്റുകളുടെയും ക്യാമ്പുകളുടെയും ഫോട്ടോകൾ ഈ മലയാളം പതിപ്പിൽ ഉൾപ്പെടുത്തിയിട്ടുണ്ട്.)

ഓഷോ നിർദ്ദേശിച്ചിട്ടുള്ളത് ഈ പുസ്തകം താഴെ പറയുന്ന രീതിയിൽ ഉപയോഗിക്കുകയാണെങ്കിൽ വായനക്കാർക്കത് ഏറ്റവും കൂടുതൽ പ്രയോജനകരമായിരിക്കും എന്നാണ്– അതായത് ഓരോ പ്രഭാതത്തിലേക്കും ക്രമപ്പെടുത്തിയിട്ടുള്ള ഭാഗങ്ങൾ രാവിലെ ഉണർന്നെഴുന്നേൽക്കുമ്പോൾ തന്നെ–മനസ്സ് ദിവസേനെയുള്ള മറ്റു പ്രവൃത്തികളിൽ വ്യാപൃതമാകുന്നതിന് മുൻപ് വായിക്കുക.

ഒരാൾ ഉറങ്ങുന്നതിന് മുൻപ് അയാളുടെ മനസ്സിലുള്ള അവസാനത്തെ ചിന്ത തന്നെയായിരിക്കും ഉണർന്നെഴുന്നേൽക്കുമ്പോഴും അയാളുടെ ആദ്യത്തെ ചിന്ത എന്ന് പറയപ്പെടുന്നു. ഒരുപക്ഷെ നമ്മളിൽ ഭൂരിപക്ഷവും ഉറക്കത്തിലേക്ക് പതിക്കുന്നത്, ഒരു ടെലിവിഷൻ സീരിയലിലെ പ്രതിബിംബങ്ങളും കഴിഞ്ഞുപോയ ദിവസത്തെക്കുറിച്ചുള്ള വേവലാതികളും അടുത്ത് വരാനിരിക്കുന്ന ദിവസത്തെക്കുറിച്ചുള്ള ആകാംക്ഷകളും എല്ലാംകൂടി കുഴഞ്ഞുമറിഞ്ഞ മനസ്സുകളുമായിട്ടായിരിക്കും. നമ്മളിൽ പലർക്കും ഉറക്കത്തിലേക്ക് കടക്കുവാൻ തന്നെ കഴിയാത്ത അത്രയും വിഷമങ്ങളുണ്ട്. പ്രദോഷത്തിലേക്ക് വേണ്ടി തെരഞ്ഞെടുത്തിട്ടുള്ള ഭാഗങ്ങൾ രാത്രി ഉറങ്ങുന്നതിനു മുമ്പായി വായിക്കുക.

പന്ത്രണ്ട് പുസ്തകങ്ങളുടെ ഈ പരമ്പര മുപ്പത്തിയൊന്ന് ദിവസങ്ങളുള്ള പന്ത്രണ്ട് മാസങ്ങളായി വിഭജിച്ചിരിക്കുന്നു. 'മാസം ഒന്ന്', കലണ്ടർ വർഷം തുടങ്ങുന്ന മാസം തന്നെ ആയിരിക്കണമെന്നില്ല; അത് നിങ്ങൾ വായിക്കാൻ തുടങ്ങുന്ന ആദ്യത്തെ മാസമാണ്. ഉദ്ധരണികൾ ക്രമത്തിൽ തന്നെയാണ് വായിക്കേണ്ടത്, ഏതെങ്കിലും ഒന്ന് തെരഞ്ഞെടുത്താൽ പോരാ. കാരണം ജിവിതത്തെക്കുറിച്ചുള്ള ധാരണ മാസംതോറുമാണ് ഓഷോ വികസിപ്പിച്ചു കൊണ്ടുവരുന്നത്.

ഓരോ ദിവസത്തിനും ഒരു പ്രത്യേക വിഷയതന്തു ഉണ്ടായിരിക്കുകയും പ്രഭാതത്തിലെയും പ്രദോഷത്തിലെയും മനനവിഷയങ്ങൾ പരസ്പരം പൂരകമാ

യിരിക്കുകയും ചെയ്യുന്ന വിധത്തിലാണ് പുസ്തകം രൂപകല്പന ചെയ്തിട്ടുള്ളത്.

പ്രഭാതമനനങ്ങൾക്ക് വേണ്ടി തെരഞ്ഞെടുക്കപ്പെട്ട ഉദ്ധരണികൾ ഉന്മേഷദായകവും ചിന്തോദ്ദീപകവുമാണ്- എല്ലായ്പ്പോഴും, വരാനിരിക്കുന്ന ദിവസത്തിലേക്കുള്ള ഒരു സമ്പൂർണവും സജീവവുമായ പങ്കാളിത്തം സാധ്യമാക്കുന്നത്. താരതമ്യേന നോക്കിയാൽ പ്രദോഷത്തിലേക്കായുള്ള ഓഷോയുടെ വാക്കുകൾ വായനക്കാരെ വിശ്രാന്തിയുടെ, വികസനത്തിന്റെ, വിലയനത്തിന്റെ, അസ്തിത്വത്തോട് പൊരുത്തപ്പെടുന്നതിന്റെ സാംഗത്യത്തെ ഓർമ്മപ്പെടുത്തുന്നു.

ഈ ഉദ്ധരണികൾ വായിക്കുന്നതു തന്നെ സ്വയമേവ ഒരു മനനരൂപമാണ്. ഓഷോ പറഞ്ഞിട്ടുള്ളതുപോലെ, ഒരു ഋഷിവചനം അംഗീകരിക്കപ്പെടുകയോ നിരാകരിക്കപ്പെടുകയോ ചെയ്യുമ്പോഴും, ഒരുതരത്തിലുമുള്ള സിദ്ധാന്തത്തിന്റെയും ഭാഗമല്ല അത്.വായനക്കാരോട് ഒരു അനുയായിയോ വിശ്വാസിയോ ആകുവാൻ അതാവശ്യപ്പെടുന്നില്ല. വാസ്തവത്തിൽ പ്രസക്തമായിട്ടുള്ളത് ആ വാക്കുകൾ പോലുമല്ല, മറിച്ച് ആ വാക്കുകൾ എന്തിനെയാണോ സംവഹിക്കുന്നത് അതാണ് പ്രസക്തമായിട്ടുള്ളത്.

അദ്ദേഹം വിശദീകരിക്കുന്നു: ''വാക്കുകൾ (ഋഷിവര്യന്റെ വാക്കുകൾ) അവയ്ക്കു ചുറ്റും ഒരു നിശ്ശബ്ദതയെ സംവഹിക്കുന്നു. അദ്ദേഹത്തിന്റെ വാക്കുകൾ ശബ്ദായമാനമല്ല. അദ്ദേഹത്തിന്റെ വാക്കുകൾക്ക് ഒരു സ്വരമാധുര്യമുണ്ട്, ഒരു താളം, ഒരു സംഗീതം; അദ്ദേഹത്തിന്റെ വാക്കുകളുടെ അകക്കാമ്പിൽ തികഞ്ഞ നിശ്ശബ്ദതയാണുള്ളത്. നിങ്ങൾക്ക് ആ വാക്കുകളിലേക്ക് കടന്നുകയറി ചെല്ലാനാകുമെങ്കിൽ അനന്തമായ നിശ്ശബ്ദതയെ നിങ്ങൾ അഭിമുഖീകരിക്കാനിടവരും.''

''എന്നാൽ ഒരു ബുദ്ധന്റെ വാക്കുകളിലേക്ക് കടന്നു കയറി ചെല്ലുവാനുള്ള മാർഗ്ഗം അപഗ്രഥനമല്ല, വാദപ്രതിവാദവുമല്ല, ചർച്ചചെയ്യലുമല്ല. അതിനുള്ള

മാർഗ്ഗം അദ്ദേഹവുമായി ഒരു ഭാവലയത്തിൽ വീഴ ലാണ്, അദ്ദേഹവുമായുള്ള ഒരു സ്വരച്ചേർച്ചയിൽ, ഒരു ഭാവൈക്യത്തിൽ എത്തിച്ചേരലാണ്. ആ സ്വരച്ചേർച്ചയിൽ, ആ ഒന്നായിത്തീരലിൽ, ഒരുവൻ ഗുരുവചനങ്ങളുടെ ഉള്ളറയിലേക്ക് പ്രവേശിക്കുന്നു. അവിടെ നിങ്ങൾ ഒരു ശബ്ദവും, ഒരു സ്വരവും കേൾക്കുകയില്ല; അവിടെ നിങ്ങൾ കണ്ടെത്തുക തികഞ്ഞ നിശ്ശബ്ദതയായിരിക്കും. അത് തിരിച്ചറിയുക എന്നതാണ് ഗുരുവിനെ ഗ്രഹിക്കൽ.''

വാക്കിന്റെ അർത്ഥമല്ല പ്രധാനം, ഓർക്കുക, മറിച്ച് ആ വാക്കിലെ നിശ്ശബ്ദതയാണ്. ''ഞാൻ നിങ്ങളോട് പറയുന്ന കാര്യങ്ങൾ നിങ്ങളുടെ ജീവിതത്തിൽ ഒരു യാഥാർത്ഥ്യമായി തീർന്നുകൊണ്ടിരിക്കുകയാണെങ്കിൽ നിങ്ങൾ എന്റെ വാക്കുകളെ ഓർക്കുന്നുവോ ഇല്ലയോ എന്നുള്ളത് ആര് ഗൗനിക്കുന്നു? അത് ഓർക്കാതിരിക്കുന്നത് തികച്ചും ശരിതന്നെ; വാക്കുകളുടെ ഏതെങ്കിലും തരത്തിലുള്ള സ്മരണ ഒരു തടസ്സമായിരിക്കും. പരിശുദ്ധമായ അർത്ഥം മാത്രം നിങ്ങളുടെ സത്തയുടെ അത്യഗാധമായ കാമ്പിലേക്ക് വ്യാപിക്കട്ടെ, അവിടെ വാക്കുകൾക്ക് എത്തിച്ചേരാനാവില്ല, അവിടെ വാഗ്രഹിതമായ അർത്ഥത്തിന് മാത്രമേ പ്രവേശിക്കുവാൻ സാധ്യമാകു.''

വാസ്തവത്തിൽ, അദ്ദേഹത്തിന്റെ വാക്കുകൾ വായിക്കുക എന്നത് ഏതെങ്കിലും തരത്തിലുള്ള മനോ വ്യായാമത്തിലേർപ്പെടുക എന്നതിനേക്കാളേറെ സംഗീതം ശ്രവിക്കുന്നതിനോടാണ് സമാനമായിട്ടുള്ളത്. സംഗീതം ശ്രവിച്ചുകൊണ്ടിരിക്കൽ- അല്ലെങ്കിൽ വീഞ്ഞ് നുണഞ്ഞുകൊണ്ടിരിക്കൽ: ഒന്ന് മൊത്തുക, മണപ്പിച്ചു നോക്കുക. ആ സ്വാദ് നിങ്ങളുടെ ആദ്ധ്യാത്മിക രുചി മണ്ഡലത്തെ തൊട്ടുണർത്താൻ അനുവദിക്കുക.

പ്രേം മനീഷ

ഓഷോ ധ്യാനോത്സവം

മാസം മൂന്ന്

പ്രഭാതത്തിലെ മനന വിഷയം

പ്രേമം ഒരു പക്ഷിയാകുന്നു...
അത് സ്വതന്ത്രമാകാൻ ഇഷ്ടപ്പെടുന്നു

പ്രദോഷത്തിലെ മനന വിഷയം

ഇരുട്ടിൽ നിന്ന്

വെളിച്ചത്തിലേക്ക് എടുത്തുചാടുക

പ്രഭാതമനനം

എന്റെ സന്ദേശം പ്രേമമാകുന്നു. ഒരു തരത്തിൽ അത് വളരെ ലളിതമാണ്, അതിനുചുറ്റും യാതൊരു സങ്കീർണതയുമില്ല- ഒരനുഷ്ഠാനവും ഒരു വിശ്വാസപ്രമാണവും ഒരു ഊഹാപോഹപരമായ തത്വചിന്തയും ഇല്ല. അത് ജീവിതത്തിന് നേരെയുള്ള വളരെ ലളിതവും ഋജുവുമായ ഒരു സമീപനമാണ്. 'പ്രേമം' എന്ന കൊച്ചു വാക്കിന് അതിനെ ഉൾക്കൊള്ളുവാൻ കഴിയും. അത് നിങ്ങൾ ആരെ സ്നേഹിക്കുന്നു എന്നുള്ളതിന്റെ ചോദ്യമല്ല, നിങ്ങളുടെ പ്രേമം ആരുടെ നേരെ അഭിമുഖീകരിക്കപ്പെടുന്നുവോ എന്നുള്ളത് വിഷയമല്ല. വിഷയമായിട്ടുള്ള കാര്യം എന്തെന്നാൽ, ദിവസം ഇരുപത്തിനാല് മണിക്കൂറും നിങ്ങൾ പ്രേമിക്കണം, നിങ്ങൾ ശ്വാസോച്ഛ്വാസം ചെയ്യുന്നതുപോലെ തന്നെ.

ശ്വാസോച്ഛ്വാസത്തിന് ഒരു ബാഹ്യവസ്തുവിന്റെ ആവശ്യം ഇല്ലാത്തതുപോലെ പ്രേമത്തിന് ഒരു ബാഹ്യവസ്തുവിന്റെയും ആവശ്യമില്ല. ചിലപ്പോൾ നിങ്ങൾ ഒരു സുഹൃത്തിനോടൊപ്പം ശ്വാസോച്ഛ്വാസം ചെയ്യുന്നു, ചിലപ്പോൾ നിങ്ങൾ ഒരു മരത്തിനരികെ ഇരുന്ന് ശ്വാസോച്ഛ്വാസം ചെയ്യുന്നു. ചിലപ്പോൾ ഒരു കുളത്തിൽ നീന്തിക്കൊണ്ടിരിക്കവെ ശ്വാസോച്ഛ്വാസം ചെയ്യുന്നു. അതേ രീതിയിൽ നിങ്ങൾ പ്രേമിക്കേണ്ടതുണ്ട്. പ്രേമം നിങ്ങളുടെ ശ്വാസോച്ഛ്വാസത്തിന്റെ ആന്തരികമായ അകക്കാമ്പായിരിക്കണം, അത് ശ്വാസോച്ഛ്വാസത്തോളം തന്നെ സ്വാഭാവികമായിരിക്കേണ്ടതുണ്ട്. വാസ്തവത്തിൽ ശ്വാസോച്ഛ്വാസത്തിന്, ശരീരത്തോടുള്ള അതേ ബന്ധം തന്നെയാണ് പ്രേമത്തിന് ആത്മാവുമായിട്ടുള്ളത്.

പ്രദോഷമനനം

മനുഷ്യൻ അവൻ പുറമെ കാണപ്പെടുന്നതു പോലെ അത്ര ചെറുതല്ല. അവൻ അവന്റെ ഉള്ളിൽ ഒരു ആകാശം മുഴുവനും ഉൾക്കൊള്ളുന്നുണ്ട്, സമുദ്ര ങ്ങളെല്ലാം ഉൾക്കൊള്ളുന്നുണ്ട്. അതെ, അവനെ കണ്ടാൽ ഒരു മഞ്ഞുതുള്ളി പോലെ തോന്നിക്കും, എന്നാൽ അവന്റെ പുറംകാഴ്ച വളരെ വഞ്ചനാത്മക മാണ്. ശാസ്ത്രമാകട്ടെ ഇപ്പോഴും അവന്റെ പുറംകാ ഴ്ചയിലാണ്, ആ മഞ്ഞു തുള്ളിയിന്മേലാണ് പ്രവർ ത്തിച്ചു കൊണ്ടിരിക്കുന്നത്.

മനുഷ്യാവബോധത്തിനുള്ളിലേക്ക് ആഴത്തിൽ കടന്നു ചെന്നിട്ടുള്ളവർ, ആഴത്തിലേക്ക് പോകുന്തോ റും മനുഷ്യൻ ബൃഹത്തായി കൊണ്ടിരിക്കുന്നു എന്നുകണ്ട് അതിശയം കൂറിയിട്ടുണ്ട്. അവന്റെ അകക്കാമ്പിലെത്തിച്ചേരുമ്പോൾ, അവൻ ഈ സമ്പൂ ർണ്ണ പ്രപഞ്ചമാണ്. അതുതന്നെയാണ് ദൈവികത എന്ന അനുഭവവും. ധ്യാനിക്കുകയും ആന്തരോന്മു ഖമായി ആഴത്തിൽ പോവുകയും ചെയ്യുക. അത് ഇപ്പോൾ തന്നെ അവിടെയുണ്ട്- നാമത് അനാവരണം ചെയ്യുക മാത്രമേ വേണ്ടൂ.

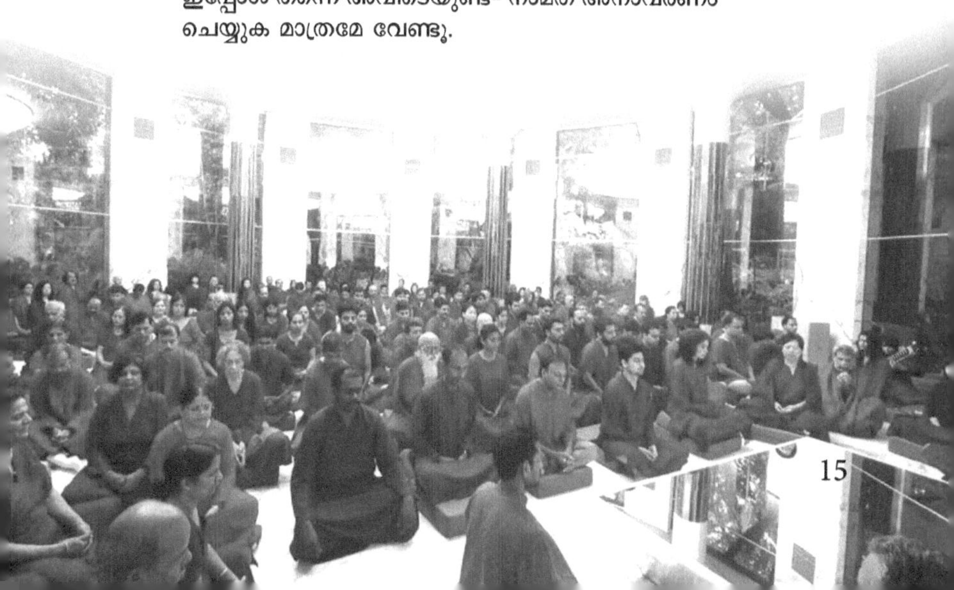

പ്രഭാതമനനം

മനുഷ്യവർഗ്ഗത്തിന്റെ അടിസ്ഥാനപരമായ വ്യാമോഹങ്ങളിലൊന്ന് ഇതാണ്: ഓരോരുത്തരും വിചാരിക്കുന്നു പ്രേമമെന്താണെന്ന് അവർക്കറിയാം എന്ന്, അതിനാൽ ആരും അത് കണ്ടെത്തുന്നില്ല. ഓരോരുത്തരും ഊഹിക്കുന്നു, തനിക്ക് പ്രേമമെന്താണെന്നറിയാം. അതിനാൽ അത് അനുഭവിച്ചറിയേണ്ട ആവശ്യമില്ല എന്ന്. ഇതു കാരണം പ്രേമം ലോകത്തിൽ നിന്ന് അപ്രത്യക്ഷമാവുകയാണ്. പ്രേമിക്കുന്നവരുണ്ട്, പ്രേമമില്ലതാനും. അച്ഛനമ്മമാർ തങ്ങളുടെ കുട്ടികളെ പ്രേമിക്കുന്നുവെന്ന് നടിക്കുന്നു, കുട്ടികൾ അവരുടെ അച്ഛനമ്മമാരെ പ്രേമിക്കുന്നുവെന്ന് നടിക്കുന്നു, ഭർത്താക്കന്മാർ നടിക്കുന്നു, ഭാര്യമാർ നടിക്കുന്നു- നാട്ട്യങ്ങൾ, നാട്ട്യങ്ങൾ. എന്നാൽ അവരത് അറിഞ്ഞുകൊണ്ട് ചെയ്യുകയല്ല. അവർ ആ സത്യത്തെക്കുറിച്ച് തികച്ചും അബോധവാന്മാരായിരിക്കാം.

തുടക്കത്തിൽ തന്നെ എല്ലാവർക്കും ഈ വിവരം നൽകപ്പെട്ടിരുന്നുവെങ്കിൽ.... അതായത് പ്രേമം ജീവിതത്തിലെ ഏറ്റവും മഹത്തായ കലയാണ്. കാരണം അതാണ് ഏറ്റവും മഹത്തായ ജാലവിദ്യ, ഏറ്റവും ദിവ്യാത്ഭുതകരമായ പ്രതിഭാസം..... അത് പ്രകൃതിദത്തമായി അവിടെയുണ്ടെന്ന് വിചാരിക്കാനാവില്ല, നിങ്ങൾ അത് പര്യവേക്ഷണം ചെയ്യേണ്ടതുണ്ട്, നിങ്ങൾ അതിലേക്ക് ആഴത്തിൽ ഇറങ്ങിചെല്ലേണ്ടതുണ്ട്, അതിന്റെ രീതികൾ പഠിക്കേണ്ടതുണ്ട്. അതൊരു കലയാണ്....

പ്രേമം ഒരു ജന്മസിദ്ധ പ്രതിഭയല്ല. മറിച്ച് അത് എല്ലാവരുടെയും സാധ്യതാശേഷിയാകുന്നു. അതി

നാൽ ആത്യന്തികമായി മനുഷ്യവർഗ്ഗത്തിന് മൊത്തം പ്രേമത്തിന്റെ ഔന്നത്യത്തിലേക്ക് വന്നെത്തുവാൻ കഴിയുമെന്നത് ഒരു സാധ്യതയാണ്. വാസ്തവത്തിൽ ആ ദിവസത്തിൽ മാത്രമാണ് യഥാർത്ഥ മനുഷ്യരാശി പിറന്നു വീഴുക. നമ്മളിപ്പോഴും ജീവിക്കുന്നത് ആ യഥാർത്ഥമായ സംഭവത്തിന് മുമ്പാണ്. അത് ഇതു വരെ സംഭവിച്ചു കഴിഞ്ഞിട്ടില്ല.

പ്രദോഷമനനം

നിങ്ങൾക്ക് പരമാനന്ദം നൽകുന്ന എന്തും ആത്മാവിന് ഒരു പോഷകമാകുന്നു. ആളുകളുടെ ശരീരങ്ങൾ മാത്രമല്ല പട്ടിണിയാകുന്നത്, അവരുടെ ആത്മാവുകൾ അതിനേക്കാൾ കൂടുതൽ പട്ടിണിയാകുന്നുണ്ട്. ജാഗരൂകരാവുക: സാധ്യമായത്ര പരമാനന്ദം തെരഞ്ഞെടുക്കുക. ദുഃഖം ഒഴിവാക്കുക. ഇടയ്ക്ക് നിങ്ങളെ ചൂഴുന്ന ഏതെങ്കിലും ദുഃഖത്തോട് ഒരിക്കലും സഹകരിക്കാതിരിക്കരുത്. അത് നിങ്ങളെ ചൂഴുമെന്നുള്ളത് ഉറപ്പാണ്, ഒരുദിനം കാർമേഘങ്ങൾ വരികയും മറ്റൊരുദിനം സൂര്യപ്രകാശം വന്നു നിറയുകയും ചെയ്യുന്നത് പോലെതന്നെ. ആ കാർമേഘങ്ങളെ നിരീക്ഷിക്കുക. ആ സൂര്യപ്രകാശത്തെയും നിരീക്ഷിക്കുക. നിങ്ങൾ രണ്ടിൽ നിന്നും വ്യതിരിക്തനാണെന്ന കാര്യം ഓർത്തിരിക്കുകയും ചെയ്യുക. ഇരുണ്ട മുഹൂർത്തങ്ങൾ വരുന്നു, പ്രകാശപൂർണ്ണമായ മുഹൂർത്തങ്ങളും വരുന്നു- രാപ്പകലുകളുടേതായ ഒരു ചക്രത്തിന്മേലാണ് നാം നീങ്ങിക്കൊണ്ടിരിക്കുന്നത്: ജനനവും മരണവും, വേനലും വർഷവും. എന്നാൽ നമ്മളിവയൊന്നുമല്ല എന്ന കാര്യം ഓർത്തിരിക്കുവാൻ കഴിയുമെങ്കിൽ, അപ്പോൾ പരമാനന്ദം ഉയർന്നു വരുന്നു. അപ്പോൾ പൊടുന്നനെ ഒരുവൻ താനുമായും അസ്തിത്വവുമായും സമാധാനത്തിൽ വർത്തിക്കുന്നു, അതാണ് പരമാനന്ദം- ആ സ്വരച്ചേർച്ച, ആ ലയം, ആ സമന്വയം.

ഒരിക്കൽ ആനന്ദവാനാകുവാൻ നിങ്ങൾ പഠിച്ചു കഴിഞ്ഞാൽ പിന്നെ നിങ്ങളുടെ ആത്മാവ് വളരുവാൻ തുടങ്ങുന്നു. അല്ലാത്തപക്ഷം അത് ഒരു വിത്തായിത്തന്നെ നിലനിൽക്കും, അതൊരിക്കലും വൃക്ഷമായിത്തീരുകയില്ല. വിത്ത് വൃക്ഷമായിത്തീരുകയും ആ വൃക്ഷം പ്രഫുല്ലനം ചെയ്ത് അനേകം ഫലങ്ങൾ കൊണ്ടുവരികയും ചെയ്യാത്തിടത്തോളം, ജീവിതം ഒരു ദുർവ്യയമാണ്.

പ്രഭാതമനനം

സമ്പൂർണ്ണപ്രേമം എല്ലാറ്റിനെയും ഉൾക്കൊള്ളുന്നു. വാസ്തവത്തിൽ യാതൊന്നും ഒഴിവാക്കപ്പെടുന്നില്ല, എല്ലാം അതിൽ ഉൾക്കൊള്ളുന്നു. എന്നാൽ ഓർത്തു കൊള്ളുക, ഞാൻ പറയുന്നത് പരിപൂർണ്ണ പ്രേമമെന്നല്ല, ഞാൻ പറയുന്നത് സമ്പൂർണ്ണപ്രേമം എന്നാണ്- ഈ രണ്ട് കാര്യങ്ങളും വളരെ വ്യത്യസ്തങ്ങളാണ്. നൂറ്റാണ്ടുകളായി നമ്മെ പഠിപ്പിച്ചു പോരുന്നത് നമ്മുടെ പ്രേമത്തെ എങ്ങനെ പരിപൂർണ്ണമാക്കാം എന്നായിരുന്നു, നാം പരാജയപ്പെടുകയും ചെയ്തു. കാരണം ആ ആശയമാകെ അർത്ഥരഹിതമായിരുന്നു. പ്രേമം പരിപൂർണ്ണമാക്കാൻ സാധ്യമല്ല. അതിനെ പരിപൂർണ്ണമാക്കുക എന്നത് അതിനെ കൊല്ലലാണ്. പ്രേമത്തിനെ കൊല്ലുവാനും സാധ്യമല്ല. കാരണം പ്രേമം ജീവിതമാകുന്നു, പ്രേമം നിത്യമാകുന്നു, കാലമില്ലാത്തത്. പ്രേമം മരണത്തെ അറിയുന്നില്ല; പ്രേമമാണ് മാനുഷികമായ അനുഭവങ്ങളിൽ വെച്ച് മരണത്തെ അതിവർത്തിക്കുന്ന ഒരേയൊരു പ്രതിഭാസം.

എന്നാൽ സമ്പൂർണ്ണപ്രേമം എന്നത് പരിപൂർണ്ണ പ്രേമത്തിൽ നിന്ന് തികച്ചും വ്യത്യസ്തമായ ഒരു പ്രതിഭാസമാണ്. പരിപൂർണ്ണപ്രേമം എന്നതിന് നിർദ്ദിഷ്ടമായ ഒരു ആശയം ഉണ്ട്. ആ ആശയം സഫലീകരിക്കപ്പെടുകയും ചെയ്യണം. ഒരു നിശ്ചിത ശൈലിക്കനുസൃതമായി ഒരുവൻ നീങ്ങേണ്ടി വരുന്നു, നിർബന്ധമായും പാലിച്ചിരിക്കേണ്ട പല കാര്യങ്ങളുമുണ്ട്. പല അരുതുകളും ഉണ്ട്, പാലിക്കപ്പെടേണ്ട പ്രമാണങ്ങൾ. അങ്ങനെ പതുക്കെപ്പതുക്കെ ഒരുവൻ പരിപൂർണ്ണതയുടെ നിശ്ചിതമായൊരു ഗുണവിശേഷം

വളർത്തിയെടുക്കേണ്ടതുണ്ട്. എന്നാൽ സമ്പൂർണ്ണപ്രേമം യാതൊരു ആശയത്തിനും വിധേയമല്ല, അവിടെ യാതൊരു ആശയവുമില്ല. ആവശ്യമായിട്ടുള്ളത് ഇതു മാത്രം: ഓരോ നിമിഷവും, നിങ്ങൾ എന്തുചെയ്യുകയാണെങ്കിലും, അത് ഹൃദയപൂർവ്വകമായി ചെയ്യുക, പിന്നോക്കം വലിയാതിരിക്കുക- അത്രമാത്രം. അതാണ് ഞാൻ സമ്പൂർണമായി എന്നു പറയുന്നതുകൊണ്ട് അർത്ഥമാക്കുന്നത്. പിന്നോക്കം വലിയാതിരിക്കുക.

പ്രദോഷമനനം

ആനന്ദവാനായ വ്യക്തി ആരോടെങ്കിലും -മറ്റുള്ളവരോടും തന്നോടുതന്നെയും - എന്തെങ്കിലും തെറ്റുചെയ്യുവാൻ അപ്രാപ്തനായിരിക്കും. അയാൾ കേവലം തെറ്റു ചെയ്യുവാൻ അപ്രാപ്തനായിത്തീരുന്നു. എന്നാൽ സന്താപവാനായ വ്യക്തി തെറ്റുചെയ്യുമെന്ന് ഉറപ്പാണ്. താൻ എന്തോ നന്മ ചെയ്യുവാൻ ശ്രമിക്കുകയാണെന്ന് അയാൾ കരുതുന്നുണ്ടാകാം, എന്നാൽ അയാൾക്ക് നന്മ ചെയ്യുവാൻ സാധ്യമല്ല. അയാൾക്ക് നന്മ ചെയ്യുവാനുള്ള ഉദ്ദേശ്യമുണ്ടെങ്കിൽ പോലും അതിന്റെ ഫലം നന്മയാകുവാൻ പോകുന്നുമില്ല. അയാൾ ആളുകളെ സ്നേഹിക്കുന്നുണ്ടെന്ന് അയാൾ കരുതുന്നുണ്ടാകാം. എന്നാൽ സ്നേഹത്തിന്റെ പേരിൽ അയാൾ കേവലം ആധിപത്യം ചെലുത്തുക മാത്രം ചെയ്യും. താൻ ഒരു വലിയ ജനസേവകനാണെന്ന് അയാൾ കരുതുന്നുണ്ടാകാം. എന്നാൽ അയാൾ വെറുമൊരു രാഷ്ട്രീയക്കാരൻ മാത്രമായിരിക്കും. സേവനത്തിലൂടെ അയാൾ ആധിപത്യം ചുമത്താൻ ശ്രമിക്കും. സന്താപവാനായ വ്യക്തി പുണ്യം ചെയ്യുവാൻ അടിസ്ഥാനപരമായി അശക്തനാണ്. അതിനാൽ എന്നെ സംബന്ധിച്ച് പുണ്യം എന്നത് ഒരു കാര്യമായി ചുരുക്കിയെടുക്കാൻ കഴിയും: ആനന്ദപൂർണത. അതുപോലെ പാപം എന്നത് ഒരു കാര്യമായി ചുരുക്കിയെടുക്കാം: സന്താപം. ദുഃഖം പാപമാണ്. ആനന്ദം പുണ്യവും. എന്റെ സന്ന്യാസിമാരോട് എനിക്കുള്ള ഒരേയൊരു സന്ദേശം ഇതാണ്: സന്തോഷവാനായി വർത്തിക്കുക, ആനന്ദവാനായി വർത്തിക്കുക. നൃത്തലോലുപനായി, ഗാനലോലുപനായി വർത്തിക്കുക. അപ്പോൾ നിങ്ങൾ എന്തൊക്കെ ചെയ്താലും അത് ശരി തന്നെയായിരിക്കും.

പ്രഭാതമനനം

പ്രേമം ഒരു പുഷ്പം എന്നതിനെക്കാളേറെ ഒരു പരിമളമാകുന്നു. ഒരു പുഷ്പത്തിന് ഒരു രൂപമുണ്ട്. ഏത് രൂപവും ഒരു പരിമിതി നൽകുന്നു. പ്രേമമാകട്ടെ പരിമിതിയില്ലാത്തതാകുന്നു. അതിനാൽ അതിന് ഒരു രൂപവും ഉണ്ടാകുവാൻ സാധ്യമല്ല. നമ്മുടെ അബോധം കാരണം നാമതിന് ഒരു രൂപം, ഒരു വർണം, ഒരു ആകൃതി, ഒരു പരിമിതി നൽകുവാൻ ശ്രമിക്കുന്നു. നാമതിനൊരു പരിധി സൃഷ്ടിക്കുവാൻ ശ്രമിക്കുന്നു. നമ്മൾ ഇത് ചെയ്യുന്നതിൽ എത്രകണ്ട് വിജയിക്കുന്നുവോ അത്രകണ്ട് പ്രേമം അപ്രത്യക്ഷമാവുകയും ചെയ്യും, അത് മരിച്ചുപോകും.

അത് ആകാശത്തിൽ ചിറകുവിരിച്ച ഒരു പക്ഷിയായി തീരേണ്ടതുണ്ട്- നിങ്ങൾക്കതിനെ കൂട്ടിലടയ്ക്കുവാൻ കഴിയില്ല. സ്വർണ്ണക്കൂട് നിർമ്മിക്കുകയാണെങ്കിൽ തന്നെയും നിങ്ങളാപക്ഷിയെ കൊല്ലുകയേയുള്ളു. കൂട്ടിലകപ്പെട്ട പക്ഷിയും തുറന്ന ആകാശത്തിലെ പക്ഷിയും ഒരേപോലെയല്ല. അവ രണ്ടും രണ്ട് വ്യത്യസ്ത പ്രതിഭാസങ്ങളാണ്. അവയെ കണ്ടാൽ ഒരുപോലെ തോന്നാം. എന്നാൽ കാറ്റിൽ, ആകാശത്തിൽ, കാർമേഘങ്ങളിൽ ചിറകു വിരിച്ചു പറക്കുന്ന പക്ഷിക്ക് സ്വാതന്ത്ര്യമുണ്ട്, ആ സ്വാതന്ത്ര്യം മൂലം അതിന് പരമാനന്ദവും ഉണ്ട്. കൂട്ടിലകപ്പെട്ട പക്ഷി രൂപപരമായി അതുപോലെ തന്നെ കാണപ്പെടുമെന്നല്ലാതെ അതിന് യാതൊരു ആകാശവുമില്ല, യാതൊരു സ്വാതന്ത്ര്യവുമില്ല, യാതൊരു ആനന്ദവുമില്ല.

പ്രേമം ഒരു പക്ഷിയാകുന്നു. അത് സ്വതന്ത്രമാകുവാൻ ഇഷ്ടപ്പെടുകയും ചെയ്യുന്നു. അതിന് വള

രുവാൻ ആകാശം മുഴുവനും ആവശ്യമുണ്ട്. അതിനാൽ ഒരിക്കലും അതിനെ കൂട്ടിലടക്കരുത്, അതിനെ തടവറയിലാക്കരുത്, അതിനൊരിക്കലും ഒരു രൂപം, ഒരു ആകൃതി, ഒരു പേര്, ഒരു മേൽവിലാസം, ഒരു ലേബൽ നൽകരുത്- ഒരിക്കലും അരുത്. അതിനെ കേവലം അദൃശ്യമായിരിക്കുന്ന ഒരു സൗരഭ്യമായി നിലകൊള്ളുവാൻ അനുവദിക്കുക. അപ്പോഴതിന് അതിന്റെ ചിറകുകളിൽ നിങ്ങളെ വഹിച്ചുകൊണ്ട് ആത്യന്തികത്തിലേക്ക് പറക്കുവാൻ കഴിയും.

പ്രദോഷമനനം

ധീരന്മാരായിട്ടുള്ളവർക്ക് മാത്രമേ, ധൈര്യശാലി കളായിട്ടുള്ളവർക്കു മാത്രമേ, അപകടങ്ങളെ ധീരത യോടെ നേരിടുവാൻ തയ്യാറുള്ളവർക്ക് മാത്രമേ പരമാനന്ദം ലഭിക്കുന്നുള്ളു. കാരണം പരമാനന്ദം സംഭവിക്കുന്നത് അറിയപ്പെട്ടതിനപ്പുറം, അറിയപ്പെ ടാത്തതിലേക്ക് നിങ്ങൾ നീങ്ങി കഴിയുമ്പോൾ മാത്ര മാണ്. അറിയപ്പെട്ടതിൽ കുടുങ്ങിപ്പോകുമ്പോഴെല്ലാം നിങ്ങളുടെ ജീവിതം ഒരു ദിനചര്യയായി, ആവർത്ത നാത്മകമായി തീരുന്നു. അത് ഒരേ ആരക്കാലുകളിൽ തന്നെ നീങ്ങിക്കൊണ്ടിരിക്കുന്നു, ഒരേ വൃത്തത്തിൽ ചലിച്ചുകൊണ്ടിരിക്കുന്നു, അങ്ങനെ പതുക്കെപ്പെ തുക്കെ നിങ്ങളുടെ സംവേദനക്ഷമതകൾ, നിങ്ങളുടെ സ്വീകൃതത്വങ്ങൾ എല്ലാം മന്ദീഭവിക്കുകയും ചെയ്യു ന്നു.

അത് ആളുകളെ മൃദുത്വമില്ലാത്തവരാക്കുന്നു. അതവരെ അന്ധരാക്കുന്നു, അതവരെ ബധിരരും, ഊമകളുമാക്കുന്നു. കാരണം ഒന്നുമില്ല കാണാനിനി, ഒന്നും കേൾക്കാനില്ല, രുചിക്കുവാനോ അനുഭവിച്ചറി യുവാനോ ഒന്നുമില്ല. അവരതെല്ലാം അറിഞ്ഞു കഴി ഞ്ഞു; അത് ഒരേ ആവർത്തനമാണ്. അത്തരമൊരു ജീവിതത്തിൽ എങ്ങനെ പരമാനന്ദം ഉണ്ടാകുവാ നാണ്? അത്തരമൊരു ജീവിതത്തിൽ ഒരു രുചി മാത്ര മേയുള്ളു- ദുഃഖത്തിന്റെ രുചി. വിഷാദത്തിന്റെ, വ്യസ നത്തിന്റെ, അടിഞ്ഞുകൂടിയ സന്താപത്തിന്റെ രുചി. എന്നാൽ അറിയപ്പെട്ടതിൽ നിന്ന് അറിയപ്പെടാത്ത തിലേക്ക്, പരിചിതത്തിൽ നിന്ന് അപരിചിതത്തി ലേക്ക് നിരന്തരം നീങ്ങിക്കൊണ്ടിരിക്കുവാനുള്ള ധീരത ഒരുവനുണ്ടെങ്കിൽ....

അത് ആപൽക്കരമാണ്. കാരണം പരിചിതം സുരക്ഷിതമാണ്, സംരക്ഷിതമാണ്. എന്നാൽ അജ്ഞാതത്തിലേക്ക്, അനിർണിതത്തിലേക്ക് പോകുമ്പോൾ എന്താണ് സംഭവിക്കാൻ പോകുന്നതെന്ന് ആർക്കറിയാം? നിങ്ങളുടെ കൊച്ചു തോണിയിലേറിക്കൊണ്ട് അനിർണിതമായ ആഴക്കടലിനുള്ളിലേക്ക് നിങ്ങൾ പോവുകയാണ്. എന്നെങ്കിലും ആ പഴയതീരത്തേക്ക് നിങ്ങൾ തിരിച്ചെത്തുമോ എന്ന് ആർക്കറിയാം? ആര് നിങ്ങൾക്കൊരു ഉറപ്പ് നൽകും? അങ്ങനെ ഒരു ഉറപ്പുമില്ല. പക്ഷെ അത്തരമൊരു ആപൽക്കരമായ അവസ്ഥയിൽ ജീവിക്കുവാൻ ഒരുവൻ തയ്യാറാകാത്തിടത്തോളം അവന് ആനന്ദവാനായി നിലനിൽക്കുവാൻ സാധ്യമല്ല. ജീവിതം ആപൽസാധ്യതകളോടു കൂടി തന്നെ ജീവിക്കേണ്ടിയിരിക്കുന്നു. ഒരു സന്ന്യാസിക്ക് ധൈര്യം തന്നെ ഏറ്റവും വലിയ മഹിമ. അപ്പോൾ പരമാനന്ദം സംഭവിച്ചു കൊണ്ടേയിരിക്കുകയും ചെയ്യുന്നു. അപകട സാധ്യതകളോടുകൂടി ജീവിക്കുവാൻ സന്നദ്ധനാകുന്നപക്ഷം പരമാനന്ദത്തിന്റെ പരസഹസ്രം പുഷ്പങ്ങൾ വിടർന്നു കൊണ്ടേയിരിക്കും.

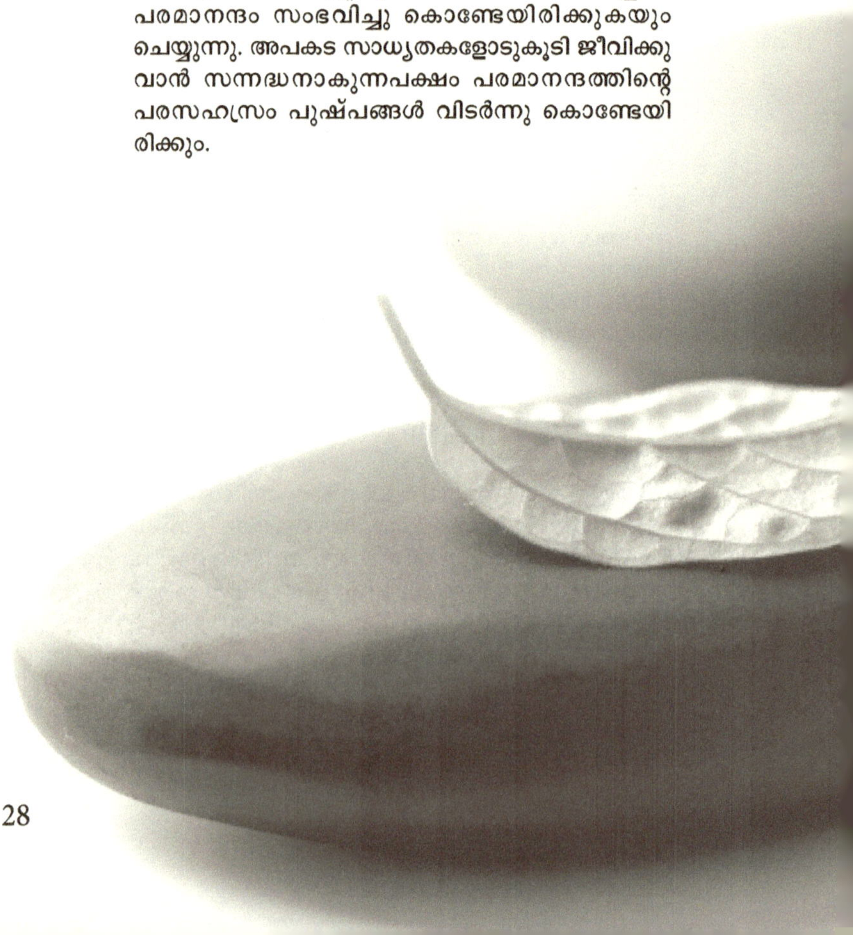

പ്രഭാതമനനം

പ്രേമമില്ലാത്ത മനുഷ്യൻ ഒരു അരസികനാണ്. പ്രേമമില്ലാത്തവൻ യഥാർത്ഥത്തിൽ സജീവനല്ല. അവൻ ഇനിയും ജനിച്ചിട്ടില്ല. ഭൗതികമായി അവൻ അമ്മയുടെ ഗർഭപാത്രത്തിന് പുറത്താണ്. എന്നാൽ മനശ്ശാസ്ത്രപരമായി അയാളിപ്പോഴും ജീവിക്കുന്നത് അടച്ചുപൂട്ടപ്പെട്ട രീതിയിലാണ്, കാറ്റിനുനേരെ, മഞ്ഞിനും മഴയ്ക്കും നേരെ, വെയിലിനു നേരെ, ഉള്ള തായ എല്ലാറ്റിനും നേരെ അടഞ്ഞിരിക്കുന്നത്. അയാൾ ഭയത്തിൽ തന്നെ നിലകൊള്ളുന്നു.

നിങ്ങൾ അടഞ്ഞിരിക്കുമ്പോൾ, ഊർജ്ജം നിങ്ങളുടെയുള്ളിൽ തന്നെ ചലിക്കുവാൻ തുടങ്ങുന്നു, അതിന് സമ്പൂർണതയുമായുള്ള ബന്ധം വിച്ഛേദിക്കപ്പെടുന്നു. സമ്പൂർണ്ണതയുമായുള്ള ബന്ധം വിച്ഛേദിക്കപ്പെടുമ്പോൾ, നിങ്ങളുടെ ഒഴുക്ക് നിലക്കുകയും നിങ്ങൾ ദുഃഖം സൃഷ്ടിക്കുകയും ചെയ്യുന്നു. നിങ്ങൾ മരിച്ചു തുടങ്ങുന്നു, നിങ്ങൾ പിഴുതെറിയപ്പെട്ടവനായിത്തീരുന്നു. ഒരു നദിയല്ലാതാകുന്നു, നിങ്ങൾ വെറുമൊരു കൊച്ചു ചളിക്കുളമായിത്തീരുന്നു.

ഭയത്തിന് മരണം മാത്രമേ കൊണ്ടുവരുവാൻ കഴിയൂ; അതിന് ജീവദായകമായ യാതൊരു ഉറവകളുമില്ല. എന്നാൽ നിങ്ങൾ തുറന്നിരിക്കുകയാണെങ്കിൽ- എല്ലാ വാതിലുകളും ജനലുകളും തുറന്നിടുകയാണെങ്കിൽ- അതേ ഊർജ്ജം, പ്രേമമായിത്തീരുന്നു. അതേ ഊർജ്ജം തന്നെ ചലിക്കുവാൻ, ഒഴുകുവാൻ തുടങ്ങുകയാണെങ്കിൽ... ആ ചളിക്കുളത്തിലെ അതേ ജലം ഒരു നദിയായി ഒഴുകുന്നു, പരിശുദ്ധമായി വർത്തിക്കാൻ തുടങ്ങുന്നു. ആ നദിയുടെ നീക്കം തന്നെ സമുദ്രത്തിനു നേരെയാണ്.ഇപ്പോൾ അതിന്റെ

ദിശ തന്നെ ശുദ്ധിയിലിരിക്കുന്നതാണ്. കാരണം ഒരുവൻ നീങ്ങിക്കൊണ്ടിരിക്കുന്നത് കൂടുതൽ വലുതായ, കൂടുതൽ ഉന്നതമായ അനന്തമായതിലേക്കാണ്. ജീവിതത്തെ പ്രേമമായി ജീവിക്കുക. ഒരിക്കലും ഭയമായി ജീവിക്കാതിരിക്കുക. ജീവിതത്തെ പ്രേമമായി ജീവിക്കുകയാണെങ്കിൽ നിത്യമായ ജീവിതത്തെ നിങ്ങൾ അറിയാനിടവരും. ഒരു ബുദ്ധന്റെ, മുഹമ്മദിന്റെ, യേശുവിന്റെ സൗരഭ്യം, അത്തരമൊരു പ്രേമപൂർണമായ ഹൃദയത്തിൽ നിന്ന് വമിക്കുന്നതത്രെ. ആ കവിതയത്രയും, ആ കൃപാകടാക്ഷം മുഴുവനും, ആ അനുഗ്രഹാശിസ്സുകളത്രയും നിങ്ങളറിയാനിടവരും. അങ്ങനെയുള്ള ഒരു വ്യക്തി പരമാനന്ദപൂർണനായിരിക്കുമെന്ന് മാത്രമല്ല, അയാൾ ഈ അസ്തിത്വത്തിന് മുഴുവനും ഒരനുഗ്രഹമായിത്തീരുകയും ചെയ്യുന്നു.

പ്രദോഷമനനം

മറ്റുള്ളവരെ അനുകരിക്കലല്ല, എന്ത് വില നൽകേണ്ടി വന്നാലും സാധ്യമായത്ര ആധികാരികമായി സ്വന്തമായി ജീവിതം നയിക്കുക എന്നതാണ് ഏറ്റവും മഹത്തായ ധീരത. നിങ്ങളുടേതായ ജീവിതം നയിക്കുന്നതിനായി ജീവൻ നഷ്ടപ്പെടുത്തേണ്ടി വന്നാൽ പോലും അത് അതിനുമാത്രം യോഗ്യമാണ്. കാരണം അങ്ങനെയാണ് ആത്മാവ് ജന്മമെടുക്കുന്നത്. എന്തെങ്കിലും ഒരു കാര്യത്തിനുവേണ്ടി ഒരുവൻ മരിക്കുവാൻ തയ്യാറാകുമ്പോൾ, ആ വേദനയിൽ തന്നെ- വേദന എന്ന വാക്കിന്റെ അർത്ഥം പോരാട്ടം എന്നാണ് - ആ പോരാട്ടത്തിൽ തന്നെ അവൻ വീണ്ടും ജനിക്കപ്പെടുന്നു, അതൊരു ജനന വേദനയാണ്. അതിന് ധൈര്യം ആവശ്യമുണ്ട്. അതിന് ധീരത വേണ്ടി വരും. സദാചാരവാദികളുടെ, സാന്മാർഗ്ഗിക ചിന്തകന്മാരുടെ, പുരോഹിതന്മാരുടെ ഉപദേശങ്ങൾ ശ്രവിച്ചുകൊണ്ട്, അത്തരം മണ്ടന്മാരുടെ വാക്കുകേട്ടു പരിഭ്രമിച്ചുപോകാതെ നിങ്ങളുടെ ജീവിതം നയിക്കുക. നിങ്ങളുടെ സ്വന്തമായ ജീവിതം നയിക്കുക. നിങ്ങൾ തെറ്റുകളിലാണ് ജീവിക്കുന്നതെങ്കിൽ പോലും, അപ്പോഴും മറ്റൊരാളുടെ ശരികളനുസരിച്ച് നിങ്ങളുടെ ജീവിതം നയിക്കുന്നതിനേക്കാൾ ഭേദമായിരിക്കും അത്. കാരണം മറ്റാർക്കോ അനുസൃതമായ ശരിയിൽ ജീവിക്കുന്ന ഒരു മനുഷ്യൻ തെറ്റിലാണ് ജീവിക്കുന്നത്. കൂടാതെ സ്വന്തം തീരുമാനമനുസരിച്ച് ജീവിക്കുന്നവൻ തെറ്റുകാരനാണെങ്കിലും തന്റെ തെറ്റുകളിൽ നിന്ന് താമസിയാതെ അയാൾ പാഠം പഠിക്കുക തന്നെ ചെയ്യും. അയാൾ അതിലൂടെ വള

ർച്ച പ്രാപിക്കും, അത് അയാൾക്ക് പ്രയോജനപ്പെടും. തെറ്റുകൾ വരുത്തുവാൻ സന്നദ്ധനാകുന്ന ഒരു വ്യക്തി മാത്രമാണ് സ്വയം പഠിക്കുന്നത്. തെറ്റുകൾ വരുത്തുവാനുള്ള ഏറ്റവും നല്ല മാർഗ്ഗം മറ്റുള്ളവരുടെ വാക്കുകൾ ശ്രദ്ധിക്കാതിരിക്കലുമാകുന്നു- കേവലം നിങ്ങളുടെ കാര്യങ്ങളിൽ ശ്രദ്ധിച്ചുകൊണ്ട് അവയിൽ വ്യാപിച്ചു കൊണ്ടിരിക്കുക.

പ്രഭാതമനനം

പ്രേമത്തിന്റെ ഒരു സുന്ദരസൂനമായിത്തീരുവാനുള്ള, ഒരു താമരപ്പൂവായിത്തീരുവാനുള്ള വിത്ത് എല്ലാവരിലുമുണ്ട്. എന്നാൽ വളരെ കുറച്ചു പേർക്ക് മാത്രമേ അതായിത്തീരുവാൻ കഴിഞ്ഞിട്ടുള്ളു. അതിനുള്ള ലളിതമായ കാരണം, വളരെ കുറച്ചുപേർ മാത്രമേ ജാഗരൂകരായിരിക്കുന്നുള്ളു എന്നതാണ്. ആളുകൾക്ക് എന്ത് എന്താണെന്ന് വിവേചിച്ചറിയുവാൻ കഴിയുന്നില്ല.

എന്തൊക്കെ കാര്യങ്ങളാണ് പ്രേമമാണെന്ന് സ്വയം നടിച്ചുകൊണ്ടിരിക്കുന്നതെന്ന് ഒന്ന് നിരീക്ഷിച്ചുനോക്കുക. അവയെല്ലാം പ്രേമമാണെങ്കിൽ അവയ്ക്ക് ദുഃഖമുണ്ടാക്കുവാൻ സാധ്യമല്ല. ഇതായിരിക്കട്ടെ അതിനുള്ള പരിശോധകം: ദുഃഖം സൃഷ്ടിക്കുന്നുവെങ്കിൽ അവ പ്രേമമല്ല; അപ്പോൾ അവയെ ഒഴിവാക്കുക. പ്രേമം എപ്പോഴും ആനന്ദം നൽകുന്നു, അതിന് ഒരിക്കലും ദുഃഖം നൽകുവാൻ കഴിയില്ല- ഇക്കാര്യം എപ്പോഴും ഓർത്തിരിക്കുക, ഒരു നിമിഷംപോലും മറക്കാതിരിക്കുക.

എന്നാൽ ആളുകൾ അത്രയേറെ മണ്ടന്മാരാണ്. പ്രേമമെന്ന മുഖംമൂടി ധരിച്ചുകൊണ്ടിരിക്കുന്ന ആ വൃത്തികേടുകളെ ഉപേക്ഷിക്കുന്നതിനു പകരം അവർ പ്രേമത്തെ തന്നെ ഉപേക്ഷിക്കുവാൻ തയ്യാറാവുകയാണ്. ആയിരക്കണക്കിന് വർഷങ്ങളായി സന്ന്യാസിമഠങ്ങളിൽ സന്ന്യാസിമാരും സന്ന്യാസിനിമാരും ചെയ്തുകൊണ്ടിരിക്കുന്നതതാണ്. അവർ പ്രേമത്തെ ഉപേക്ഷിച്ചു. പ്രേമത്തെ ഉപേക്ഷിക്കുവാൻ അവർ തയ്യാറായെങ്കിലും അസൂയ, സ്വന്തമാക്കൽ, ആധിപ

ത്യം, അഹംബോധം, മുതലായവയൊന്നും ഉപേക്ഷിക്കുവാൻ അവർ തയ്യാറായില്ല. അഹംബോധത്തെ സംരക്ഷിച്ചു നിർത്തിക്കൊണ്ട് അവർ പ്രേമത്തെ ഉപേക്ഷിച്ചു. അവർ ലോകത്തിൽ നിന്ന് ഒളിച്ചോടി. കാരണം ലോകമെന്നാൽ പ്രേമത്തിനുവേണ്ടിയുള്ള അവസരങ്ങളാണ്.

ഇന്നേവരെയുള്ള മനുഷ്യന്റെ ചരിത്രം അത്രകണ്ട് മണ്ടത്തരങ്ങളുടെ ഒരു ചരിത്രമാണ്. ഭാവിയിലെ കുട്ടികൾ അതു നോക്കി പരിഹസിക്കുകയേയുള്ളു. മനുഷ്യൻ അയഥാർത്ഥത്തിനുവേണ്ടി യഥാർത്ഥത്തെ കൈവെടിയുവാൻ തയ്യാറാവുകയും, യഥാർത്ഥത്തിന് വേണ്ടി അയഥാർത്ഥത്തെ കൈവെടിയുവാൻ തയ്യാറാകാതിരിക്കുകയും ചെയ്തു എന്നുള്ളത് നമ്മുടെ കുട്ടികൾക്ക് വിശ്വസിക്കുവാൻ കഴിയുകയില്ല.

പ്രദോഷമനനം

ജീവിതം ധീരന്മാർക്കുള്ളതാണ്. ഭീരു സസ്യജീവിതം മാത്രമാണ് നയിക്കുന്നത്. ഭീരു അമാന്തിച്ചു നിൽക്കുന്നു, തീരുമാനമെടുക്കുമ്പോഴേക്കും മുഹൂർത്തം നഷ്ടമാവുകയും ചെയ്യുന്നു. ഭീരു ജീവിക്കണമെന്ന് വിചാരിക്കുക മാത്രമാണ്, ഒരിക്കലും ജീവിക്കുന്നില്ല; അവൻ പ്രേമിക്കണമെന്നു വിചാരിക്കുന്നു, ഒരിക്കലും പ്രേമിക്കുന്നില്ല. ഈ ലോകമാകട്ടെ ഭീരുക്കളെക്കൊണ്ട് നിറഞ്ഞിരിക്കുകയുമാണ്.

ഭീരുവിന് അടിസ്ഥാനപരമായ ഒരു ഭയമുണ്ട്, അജ്ഞാതത്തെക്കുറിച്ചുള്ള ഭയം. അവൻ ജ്ഞാതമായതിന്റെ, പരിചിതമായതിന്റെ അതിരുകൾക്കുള്ളിൽ സ്വയം ഒതുങ്ങിക്കൂടുന്നു. ജ്ഞാതത്തിന്റെ അതിർത്തിക്കപ്പുറം ചുവട് വെയ്ക്കുമ്പോഴാണ് ധീരതയാരംഭിക്കുന്നത്. അത് ആപൽക്കരമാണ്, അപകടസാധ്യതയുള്ളതാണ്. എന്നാൽ എത്രമാത്രം ആപൽസാധ്യതകൾ നിങ്ങൾ ഏറ്റെടുക്കുന്നുവോ അത്രകണ്ട് നിങ്ങൾ ഉണ്ട്. അജ്ഞാതത്തിന്റെ വെല്ലുവിളികൾ എത്രകണ്ട് സ്വീകരിക്കുന്നുവോ അത്രകണ്ട് നിങ്ങൾ ഉദ്ഗ്രഥിതനായിത്തീരുന്നു. അങ്ങേയറ്റത്തെ ആപത്തിലൂടെ മാത്രമേ ആത്മാവ് ജന്മമെടുക്കുന്നുള്ളു; അല്ലാത്തപക്ഷം വ്യക്തി വെറും ശരീരമായി നിലനിൽക്കുന്നു. ലക്ഷക്കണക്കിനാളുകളെ സംബന്ധിച്ചിടത്തോളം ആത്മാവ് ഒരു സാധ്യത മാത്രമാണ്, ഒരു യാഥാർത്ഥ്യമല്ല. അപൂർവ്വം ചില ധീരന്മാർ മാത്രമേ ആത്മാവുള്ളവരായിരുന്നിട്ടുള്ളു.

പ്രഭാതമനനം

ലക്ഷോപലക്ഷം ജനങ്ങൾ ജീവിച്ചുകൊണ്ടിരിക്കുന്നത് ഏറ്റവും നിമ്നമായ കേന്ദ്രത്തിലാണ്- ലൈംഗിക കേന്ദ്രത്തിൽ. അതിനാൽ ഒരു സന്ന്യാസിയുടെ പ്രവർത്തനം തുടങ്ങുന്നത് ലൈംഗികകേന്ദ്രത്തിലാണ്. കാരണം അവിടെയാണ് ഊർജ്ജമുള്ളത്. അതിനാൽ ഞാൻ ലൈംഗികതയെ അധിക്ഷേപിക്കുന്നില്ല. കാരണം അത് ഊർജ്ജമാകുന്നു. നാം അതിനെ കേവലം മുകളിലേക്ക് നയിക്കുകയാണ് വേണ്ടത്. അതിനെ മുകളിലേക്ക് നയിക്കുവാൻ കഴിയുകയും ചെയ്യും. അതിനു നിങ്ങൾക്കതിനോട് അഗാധമായൊരു ആദരവുണ്ടായിരിക്കണം.അതിനോട് സ്നേഹമുണ്ടെങ്കിൽ, അതുമായി സൗഹൃദത്തിലാണെങ്കിൽ മാത്രമേ അതിനു കഴിയൂ.

നിലവിലുള്ള സകല മതങ്ങളും ലൈംഗികോർജ്ജത്തിന് നേരെ എതിർപ്പാണ് പഠിപ്പിക്കുന്നത്. ലൈംഗികോർജ്ജത്തിന് ഒരിക്കൽ എതിരായിത്തീർന്നു കഴിഞ്ഞാൽ, പിന്നെ നിങ്ങൾക്ക് ആദ്ധ്യാത്മിക വളർച്ചയുടെ സകല മാർഗ്ഗവും നഷ്ടമാകുന്നു. കാരണം നിങ്ങളും നിങ്ങളുടെ സ്വന്തം ഊർജ്ജസ്രോതസ്സുമായുള്ള ബന്ധം വേർപ്പെട്ടുപോകുന്നു. നിങ്ങൾ നിങ്ങളുടെ സ്രോതസ്സിൽ നിന്ന് പിഴുതെറിയപ്പെട്ടുപോകുന്നു. അതുകൊണ്ടാണ് നിങ്ങളുടെ സന്ന്യാസിവര്യന്മാർ ഇത്രയും മൃതപ്രായരും വിരസരുമായി കാണപ്പെടുന്നത്. ഇത്രയും ബുദ്ധിശൂന്യരും മണ്ടന്മാരായും കാണപ്പെടുന്നത്.സാക്ഷാത്കൃതനായിത്തീർന്ന ഒരുവന്റെ സൗരഭ്യമോ സ്വാദോ അവർക്കില്ല. അവർ കുറ്റബോധത്തിന്റെ ഭാരം ചുമക്കുന്നവരാണ്. കാരണം അവർ എന്തിനെയാണോ ദുഷിച്ചുകൊണ്ടിരിക്കുന്നത്, അത് ഇപ്പോഴും അവിടെയുണ്ട്. ലൈം

ഗികോർജ്ജത്തെ അപലപിച്ചുകൊണ്ടിരിക്കുന്നതു കൊണ്ടുമാത്രം നിങ്ങൾക്ക് ലൈംഗികതയെ ഒഴിവാക്കുവാൻ സാധിക്കുകയില്ല.

അതിനെ ഒഴിവാക്കുവാനുള്ള ഒരേയൊരു മാർഗ്ഗം അതിനെ ഒരു ഉയർന്ന തലത്തിലേക്ക് പരിവർത്തിപ്പിക്കലാണ്, അങ്ങനെ നിമ്നത്തിൽ നിന്ന് അത് അപ്രത്യക്ഷമാകുവാൻ അനുവദിക്കലാണ്. ഊർജ്ജം കൂടുതൽ ഉന്നതത്തിലേക്ക് നീങ്ങുന്തോറും നിങ്ങൾ കൂടുതൽ കൂടുതൽ ആനന്ദവാനായിത്തീരുന്നു. കൂടുതൽ ഉയരത്തിലേക്ക് നീങ്ങിക്കൊണ്ടിരിക്കവേ, നിങ്ങൾക്ക് കൂടുതൽ ആനന്ദം, കൂടുതൽ നിശ്ശബ്ദത, കൂടുതൽ ശാന്തി, കൂടുതൽ സമാധാനം, കൂടുതൽ കേന്ദ്രികൃതത്വം അനുഭവപ്പെടുന്നു: കാരണമൊന്നും കൂടാതെ തന്നെ നിങ്ങൾ കേവലം ആനന്ദപൂർണനാകുന്നു.

പ്രദോഷമനനം

ധൈര്യശാലിയായിരിക്കുക, ആനന്ദവാനായിരിക്കുക, എന്നീ രണ്ട് ഗുണങ്ങളും ദൈവത്തിന് നിങ്ങളിലേക്ക് ഇറങ്ങി വരുവാനുള്ള നിലമൊരുക്കുന്നു. നിങ്ങൾ ധൈര്യശാലിയായിരിക്കേണ്ടതുണ്ട്. കാരണം ദൈവം അജ്ഞാതമാണ്. ദൈവത്തെക്കുറിച്ച് നിങ്ങൾ കേട്ടിട്ടുണ്ടെങ്കിലും ശരിക്കും ദൈവത്തെ അറിയുമാറാകുമ്പോൾ നിങ്ങളതിശയപ്പെടുക തന്നെ ചെയ്യും: അവനെക്കുറിച്ച് നിങ്ങൾ കേട്ടിട്ടുള്ളതെല്ലാം വെറും അസംബന്ധമായിരുന്നു, കുപ്പചാണകം! ആ അനുഭവത്തെ വിവരിക്കുവാൻ യാതൊരു മാർഗ്ഗവുമില്ല. ദൈവം നിർവചനാതീതനായി, പ്രകടനാതീതനായി നിലകൊള്ളുന്നു. അത് അത്രയും അജ്ഞാതമാണ്. അവനെ അനുഭവിച്ചറിഞ്ഞിട്ടുള്ളവർക്ക് പോലും ആ അനുഭവത്തെ മറ്റൊരാൾക്കും പറഞ്ഞു മനസ്സിലാക്കി കൊടുക്കാനാവുന്നില്ല. ഒരുവൻ കേവലം ഊമയായി നിലകൊള്ളുന്നു. ഇംഗ്ലീഷിലെ മിസ്റ്റിക് എന്ന പദം മനോഹരമാണ്. അതിന്റെ ആദിയിലെ അർത്ഥം ഇതായിരുന്നു: അനുഭവിച്ചറിഞ്ഞതിലൂടെ ഊമയായിത്തീർന്നവൻ. ദിവ്യാത്ഭുതകരം, അതൊരു ദിവ്യാത്ഭുതമാണ് എന്ന് മാത്രം പറയാൻ കഴിയുന്ന- അതായത് ഒന്നും പറയാതിരിക്കാൻ മാത്രം കഴിയുന്ന - തരത്തിലുള്ള ഒരു സത്യത്തെ അറിയാനിടയായവൻ.

പ്രഭാതമനനം

ശരീരം ജീവിക്കുന്നത് ശ്വാസോച്ഛ്വാസത്തിലൂടെയാണ്. ശ്വാസോച്ഛ്വാസം നിലച്ചു കഴിഞ്ഞാൽ ശരീരം മരിക്കുന്നു. ആത്മാവ് നിലനിൽക്കുന്നത് പ്രേമിക്കുന്നതിലൂടെയാണ്. എന്നാൽ പല ആളുകൾക്കും ഒരു ആത്മാവില്ല. കാരണം അവർ ഒരിക്കലും പ്രേമിക്കുവാൻ തുടങ്ങുന്നില്ല. അവർക്ക് ആത്മാവുണ്ടെന്ന് അവർ കേവലം സങ്കല്പിക്കുക മാത്രമാണ് ചെയ്യുന്നത് – അവർക്കതില്ല. ഒരു സാധ്യതയെന്ന നിലയ്ക്ക് തീർച്ചയായും ഉണ്ട്; അവരതിനെ സ്നേഹിക്കുവാൻ തുടങ്ങുകയാണെങ്കിൽ അതൊരു വാസ്തവമായിത്തീരും. പ്രേമം നിങ്ങളുടെ സാധ്യതാശേഷിയായ ആത്മാവിനെ ഒരു വാസ്തവമായ പ്രതിഭാസമാക്കി പരിവർത്തനം ചെയ്യുന്നു. അതാണ് ഏറ്റവും വലിയ ദിവ്യാത്ഭുതം, ഏറ്റവും വലിയ ജാലവിദ്യ, ജീവിതത്തിലെ ഏറ്റവും മഹത്തായ നിഗൂഢത. പ്രേമത്തേക്കാൾ ഉന്നതമായ മറ്റൊന്നുമില്ല.

എന്നാൽ ഞാൻ 'പ്രേമം' എന്ന വാക്ക് ഉപയോഗിക്കുമ്പോൾ ഞാനത് ഒരു സവിശേഷമായ അർത്ഥത്തിലാണ് ഉപയോഗിക്കുന്നത്. അതിന് അതിന്റെ സാധാരണമായ അർത്ഥധ്വനികളൊന്നുമേയില്ല. അത് കേവലം സമ്പൂർണ്ണതയുമായുള്ള ഒരു പ്രേമപൂർണ്ണമായ ബന്ധം മാത്രമാണ്, സകലതുമായുള്ള – സാധാരണഗതിയിൽ ജീവനില്ലാത്തതെന്ന് കരുതപ്പെടുന്ന വസ്തുക്കളുമായിപ്പോലും – ഒരു സൗഹൃദം.

ഒരു ബുദ്ധൻ ഒരു ഇരിപ്പിടത്തെപ്പോലും ജീവനുള്ള ഒന്നിനെപ്പോലെയാണ് പരിഗണിക്കുന്നത്. അത് ജീവനുള്ളതാണോ അല്ലയോ എന്നതിന്റെ ചോദ്യമല്ല അത്. കാര്യമെന്തെന്നാൽ ബുദ്ധന് സ്നേഹശൂന്യനായി വർത്തിക്കുവാൻ സാധ്യമല്ല. അതിനാൽ അദ്ദേഹം എന്തൊക്കെ ചെയ്താലും അവിടെ പ്രേമമുണ്ട്.

പ്രദോഷമനനം

നിങ്ങൾ ഉയരങ്ങൾക്കുനേരെ കയറി കൊണ്ടിരിക്കുമ്പോൾ, ദൈവത്തിനുനേരെ എത്തിച്ചേർന്നുകൊണ്ടിരിക്കുമ്പോൾ- കാരണം അതാണ് യഥാർത്ഥമായ ഒരേയൊരു ഔന്നത്യം; മറ്റുള്ളതെല്ലാം എത്രയോ താഴെയാണ്- നിങ്ങൾ ദൈവത്തിലേക്ക് എത്തിച്ചേരുവാൻ ശ്രമിക്കുമ്പോൾ, നിങ്ങൾ ആരോഹണാത്മകനായിത്തീരുന്നു. പക്ഷെ അത്ഭുതമെന്തെന്നാൽ നിങ്ങൾ ദൈവത്തിലേക്ക് ആരോഹണം ചെയ്തു തുടങ്ങുമ്പോൾ, ദൈവം നിങ്ങളിലേക്ക് അവരോഹണം ചെയ്തു തുടങ്ങുന്നു.

ആ സമാഗമം സംഭവിക്കുന്നത് എല്ലായ്പ്പോഴും ഇടയ്ക്കെവിടെയോ വെച്ചാണ്. അത് ഏകമാർഗ്ഗമല്ല. സാധകൻ ദൈവത്തിങ്കലേക്ക് നീങ്ങുക മാത്രമല്ല ചെയ്യുന്നത്, സാധകൻ നീങ്ങാൻ തുടങ്ങുന്ന നിമിഷം, ദൈവവും നീങ്ങാൻ തുടങ്ങുന്നു. അത് രണ്ടും ഏകകാലികമാണ്. വാസ്തവത്തിൽ ഒരേ പ്രക്രിയയാണത്. ആ ഒരു പ്രക്രിയയ്ക്ക് രണ്ട് ധ്രുവങ്ങളുമുണ്ട്- അന്വേഷകനും അന്വേഷിക്കപ്പെടുന്നവനും. അവ ഒരൊറ്റ പ്രതിഭാസമാണ്. എന്നാൽ നിങ്ങൾ മേല്പ്പോട്ട് കയറുവാൻ തുടങ്ങാത്തിടത്തോളം ദൈവത്തിന് നിങ്ങളിലേക്ക് ഇറങ്ങി വരാൻ കഴിയുകയില്ല.

ഈ നിത്യസാധാരണമായ ജീവിതമാണ് ആകെയുള്ളതെന്ന മട്ടിൽ ആളുകൾ ജീവിച്ചു കൊണ്ടേയിരിക്കുന്നു. കൂടുതൽ ഉന്നതമായ യാതൊന്നുമില്ല എന്ന മട്ടിലാണ് അവർ ജീവിച്ചുകൊണ്ടിരിക്കുന്നത്. എന്നാൽ അനർഘമായ സാധ്യതകൾ അവിടെയുണ്ട്. മനുഷ്യൻ വന്നെത്തുന്നത് മഹത്തായൊരു സാധ്യതാശേഷിയോടു കൂടിയാണ്. ഏതൊരു മനുഷ്യന്റെയും സത്തയുടെ ആത്യന്തികമായ ഔന്നത്യം ദൈവമാകുന്നു. മനുഷ്യൻ ദൈവത്തെ ആരാഞ്ഞുകൊണ്ടിരിക്കുക മാത്രമല്ല, ദൈവം മനുഷ്യനെയും ആരാഞ്ഞുകൊ

ണ്ടിരിക്കുന്നു. അതൊരു ഏകമാർഗ്ഗമായ പരിപാടിയായിരുന്നുവെങ്കിൽ ഇത്രയും മനോഹരമാകുമായിരുന്നില്ല. മറുവശത്തു നിന്ന് അത് തണുപ്പനായേനെ. എന്നാൽ കാര്യം അങ്ങനെയല്ല. അതൊരു ചൂടേറിയ പ്രണയബന്ധമാണ്.

പ്രഭാതമനനം

ദൈവത്തിന് ഒരു ഭാഷ മാത്രമേ മനസ്സിലാവൂ, പ്രേമത്തിന്റെ ഭാഷ. അവന്റെ അസ്തിത്വത്തെ നിങ്ങൾ സ്നേഹിക്കുന്നുണ്ടെങ്കിൽ അവനോട് പറയാനുള്ള തെല്ലാം നിങ്ങൾ പറഞ്ഞു കഴിഞ്ഞു. അപ്പോൾ ഒരു പ്രത്യേക സമയത്ത്, ഒരു പ്രത്യേക ആചാരപ്രകാരം പ്രാർത്ഥിക്കേണ്ട ആവശ്യം ഒന്നുമുണ്ടാകുന്നില്ല. മതം ഒരു ആചാരമല്ല, അനുഷ്ഠാനമല്ല. അത് ഒരു അനു ഷ്ഠാനമായിത്തീരുമ്പോഴൊക്കെ അത് മൃതമാകുന്നു.

മതം പ്രേമമാകുന്നു: സജീവമായത്, തുടിക്കുന്നത്, മിടിച്ചുകൊണ്ടിരിക്കുന്നത്. അതിനാൽ അസ്തി ത്വത്തെ പ്രേമിക്കുക. അഭിവ്യഞ്ജിതനായ ദൈവ വും അനഭിവ്യഞ്ജിതമായതും അതിനെക്കുറിച്ച് അറിയും. കാരണം അനഭിവ്യഞ്ജിതം അഭിവ്യഞ്ജി തത്തിന്റെ തൊട്ടുപിറകിലുണ്ട്. അഭിവ്യഞ്ജിതമായ തിനോട് നിങ്ങൾ എന്തു ചെയ്താലും അത് അനഭി വ്യഞ്ജിതത്തിൽ എത്തിച്ചേരുന്നു.

മതവിശ്വാസികളെന്നു കരുതപ്പെടുന്ന ആളുകൾ ചെയ്തുകൊണ്ടിരിക്കുന്നത് എന്താണെന്ന് നോക്കുക: അവർ ദൈവത്തോട് പ്രാർത്ഥിക്കുന്നു. എന്നിട്ടും ക്രിസ്ത്യാനികൾ മുഹമ്മദീയരെ കൊന്നുകൊണ്ടി രിക്കുന്നു, മുഹമ്മദീയർ ഹിന്ദുക്കളെ കൊന്നുകൊ ണ്ടിരിക്കുന്നു. ഹിന്ദുക്കൾ മുഹമ്മദീയരെയും കൊന്നു കൊണ്ടിരിക്കുന്നു. അവരെല്ലാവരും ദൈവത്തോടു പ്രാർത്ഥിച്ചു കൊണ്ടിരിക്കുന്നവരാണ്, എല്ലാവരുമതെ. എന്നാൽ അവരെല്ലാവരും ജീവിച്ചുകൊണ്ടിരിക്കുന്ന ആളുകളെ കൊന്നൊടുക്കുന്നു. ദൈവം സൃഷ്ടിക്കു ന്നതിനെ അവർ നശിപ്പിച്ചുകൊണ്ടേയിരിക്കുന്നു- ദൈവമാണ് സ്രഷ്ടാവെന്ന് അവരെല്ലാം പറയുക

യും ചെയ്യുന്നു. അവർ പറഞ്ഞുകൊണ്ടിരിക്കുന്ന വാക്കുകളുടെ യാതൊരർത്ഥവും അറിയാതെ ആ വാക്കുകൾ ആവർത്തിക്കുക മാത്രമാണ് അവർ ചെയ്യുന്നതെന്ന് തോന്നുന്നു. ദൈവമാണ് സ്രഷ്ടാവെങ്കിൽ, അപ്പോൾ നശിപ്പിക്കുകയെന്നാൽ ദൈവത്തിനെതിരായി തീരുകയാണ്. അപ്പോൾ അവനോടൊപ്പം പങ്കാളിയാകുവാനുള്ള ഏക മാർഗ്ഗം സൃഷ്ടിപരനായിരിക്കലാണ്. അതാണ് എന്റെ സമീപനവും. എന്താണോ നിങ്ങളെക്കൊണ്ട് കഴിയുന്നത്, അത് സൃഷ്ടിക്കുക, സൃഷ്ട്യുന്മുഖനായി വർത്തിക്കുക. നിങ്ങളുടെ പ്രേമത്തിലൂടെ അസ്തിത്വത്തിന് എന്തെങ്കിലും സംഭാവന ചെയ്യുക- അതാണ് പ്രാർത്ഥന. ജീവിതത്തെ നിങ്ങൾ കണ്ടുമുട്ടിയതിനേക്കാൾ ഒരല്പ്പം കൂടുതൽ നന്നാക്കുവാൻ ശ്രമിക്കുക. നിങ്ങൾ ഈ ലോകം വെടിയുമ്പോൾ, നിങ്ങളതിനെ കണ്ടുമുട്ടിയതിനേക്കാൾ ഒരല്പ്പം കൂടി മെച്ചപ്പെട്ടതാക്കി അതിനെ വെടിയുക- അങ്ങനെ നിങ്ങൾ ജീവിച്ചത് ശരിയാംവണ്ണമാകുന്നു. നിങ്ങൾക്ക് അപാരമായി പ്രതിഫലം നൽകപ്പെടും.

പ്രദോഷമനനം

ജീവിതം ഒരു പൂർവ്വിതമായ കഥയത്രെ. നിങ്ങളുടെ ജീവചരിത്രമെല്ലാം ദൈവത്തിന്റെ ജീവചരിത്രമാണ്. നമ്മൾ കേവലം അതിനകത്തുള്ള പേജുകൾ മാത്രം, ഖണ്ഡികകൾ, അടിക്കുറിപ്പുകൾ.

അസ്തിത്വം ഒരു മഹാ ഗാനമേളയാകുന്നു; നമ്മൾ കൊച്ചുകൊച്ചു സ്വരങ്ങൾ, കൊച്ചു കൊച്ചു ഉപകരണങ്ങൾ മാത്രവും. നമുക്ക് സമ്പൂർണ്ണതയുമായി സ്വരലയത്തിൽ വർത്തിക്കാം- അത് പരമാനന്ദം കൊണ്ടു വരുന്നു. നമുക്ക് സമ്പൂർണ്ണതയ്ക്കെതിരായി പ്രവർത്തിക്കാം- അത് ദുഃഖം കൊണ്ടുവരുന്നു. അത്ര മാത്രം ലളിതമാണ് കാര്യം. അതിനാൽ നിങ്ങൾക്ക് ദുഃഖമനുഭവപ്പെടുമ്പോഴൊക്കെ ഓർത്തുകൊള്ളുക, അറിഞ്ഞോ അറിയാതെയോ സമ്പൂർണതയ്ക്കെതിരായി നിങ്ങൾ എന്തോ ചെയ്തുകൊണ്ടിരിക്കുന്നു. അത് നേരെയാക്കുക. നിങ്ങളല്ലാതെ മറ്റാരും അതിനുത്തരവാദിയല്ല, മുഴുവൻ ഉത്തരവാദിത്വവും സ്വയം ഏറ്റെടുക്കുക. അതുപോലെ ആനന്ദവാനായി അനുഭവപ്പെടുമ്പോഴൊക്കെ ആ നിമിഷത്തിൽ നിന്ന് പഠിക്കുക: നിങ്ങൾ സമ്പൂർണതയുമായി സ്വരച്ചേർച്ചയിൽ വീണിട്ടുണ്ടായിരിക്കണം. അതിനാൽ ഇതു സംഭവിച്ചതെങ്ങനെ എന്ന് ഓർക്കുകയും അതേ ബന്ധം വീണ്ടും വീണ്ടും സൃഷ്ടിക്കുവാൻ ശ്രമിക്കുകയും ചെയ്യുക. അങ്ങനെ വീണ്ടും അത് സംഭവിക്കുവാനും കൂടുതൽ ആഴത്തിൽ സംഭവിക്കുവാനും ഇടവരുത്തുക. ദുഃഖവും ആനന്ദവും മഹാന്മാരായ ഗുരുക്കന്മാരാണ്. കേവലം ഈ രണ്ട് ഗുരുക്കന്മാരിൽ നിന്നും നിരീക്ഷണവും പഠനവും സാധിക്കുമെങ്കിൽ മറ്റൊരു ഗ്രന്ഥത്തിന്റെയും ആവശ്യമില്ല.

പ്രഭാതമനനം

പ്രേമവും പ്രാർത്ഥനയും ഒരേ ഊർജ്ജത്തിന്റെ രണ്ട് അനുഭവങ്ങളാണ്. പ്രേമം കൂടുതൽ ഭൗമികമാണ്, പ്രാർത്ഥന കൂടുതൽ അഭൗമികവും, എങ്കിലും ആ അനുഭവങ്ങൾ ഒന്നുതന്നെ. പ്രേമത്തിന് അതിന്റേതായ ഒരു പരിമിതിയുണ്ട്. അത് വ്യക്തിയിൽ നിന്ന് വ്യക്തിയിലേക്കുള്ളതാണ്. പ്രാർത്ഥന അപരിമിതവും. പ്രാരംഭത്തിൽ മാത്രമാണു അത് ഒരു വ്യക്തിയിൽ നിന്ന് വ്യക്ത്യതീതമായ അസ്തിത്വത്തിലേക്കുള്ളതായിരിക്കുന്നത്.. കാരണം നിങ്ങൾ വ്യക്ത്യതീതമായ അസ്തിത്വവുമായി ബന്ധപ്പെടുമ്പോൾ നിങ്ങളിലെ വ്യക്തി നഷ്ടമാകുന്നു. അത് ഒരു മഞ്ഞുതുള്ളി മഹാസമുദ്രത്തിലേക്ക് വഴുതി വീഴുന്നതു പോലെയാണ്: അതിനിനി ഒരിക്കലും ഒരു മഞ്ഞുതുള്ളിയായി നിലനിൽക്കുവാൻ സാധ്യമല്ല. അതിന് അതിന്റേതായ അതിർവരമ്പുകൾ നഷ്ടമായിത്തീരും, അത് സമുദ്രമായിത്തീരും. അതിന് ഒന്നും നഷ്ടപ്പെടുകയല്ല ചെയ്യുന്നത്, അത് എല്ലാം നേടുകയാണ് ചെയ്യുന്നത്, എങ്കിലും ആ പഴയ സ്വത്വം അതിനില്ലാതാകും.

എന്നാൽ പ്രശ്നമിതാണ്: നിർഭാഗ്യവശാൽ വളരെ ചുരുക്കം ആളുകൾ മാത്രമാണ് പ്രേമമെന്താണെന്ന് അറിയുന്നത്- പ്രാർത്ഥനയെക്കുറിച്ച് എന്തു പറയാൻ? പ്രേമം അത്യപൂർവ്വമായ ആളുകളാൽ മാത്രമാണ് അനുഭവിക്കപ്പെടുന്നത്. അപൂർവ്വരായ ആളുകൾ. കാരണം പ്രേമവും നിങ്ങൾക്കത് അനുഭവിക്കുവാൻ കഴിയുന്നതിന് മുൻപ് അവശ്യമായ ചില കാര്യങ്ങൾ ആവശ്യപ്പെടുന്നുണ്ട്. നിങ്ങളുടെ മനസ്സ് നിറയെ പരസ്പരവിരുദ്ധമായ നിലപാടുകളാണുള്ളതെങ്കിൽ

പ്രേമത്തിന് നിലനിൽക്കുവാൻ സാധിക്കുകയില്ല. അസൂയയോടൊപ്പം, ഉടമബോധത്തോടൊപ്പം, അഹം ബോധത്തോടൊപ്പം, വിദ്വേഷത്തോടൊപ്പം, കോപ ത്തോടൊപ്പം അതിന് നിലനിൽക്കാനാവില്ല. അതിന് സാധ്യമല്ല; അവയെല്ലാം പ്രേമവിരുദ്ധമായ പ്രതിഭാ സങ്ങളാണ്. അവ പ്രേമത്തിനുള്ള സാധ്യത തന്നെ നശിപ്പിക്കുന്നു. അപ്പോൾ ആളുകൾ പള്ളികളിലേക്ക് പോകുമെങ്കിലും അവരുടെ പ്രാർത്ഥന കപടമാണ്.

പ്രാർത്ഥന പ്രേമത്തിന്റെ പരമമായ പ്രഫുല്ലനമാ കുന്നു. അത് പ്രേമത്തിന്റെ പരിമളമാണ്. പ്രേമത്തെ ആഴത്തിൽ, തീവ്രതയോടെ അറിഞ്ഞിട്ടുള്ള ഒരു മനു ഷ്യൻ, അതായത് സ്വന്തം അഹംബോധത്തെ, അസൂ യയെ, ഉടമബോധത്തെയും അതുപോലുള്ള മറ്റു അസംബന്ധങ്ങളെയും കൈവെടിയുവാൻ കഴിഞ്ഞി ട്ടുള്ള ഒരുവൻ സ്വാഭാവികമായിത്തന്നെ പ്രാർത്ഥന യിലേക്ക് നീങ്ങും. ഒരു വ്യക്തിയെ സ്നേഹിക്കുക യെന്നത് ഇത്രയും മനോഹരമാണെങ്കിൽ, മുഴുവൻ അസ്തിത്വത്തെയും സ്നേഹിക്കുക എന്നത് അതി നേക്കാൾ എത്ര കൂടുതലായിരിക്കും! അതാണ് പ്രാർത്ഥന.

10

പ്രദോഷമനനം

പരമാനന്ദം സംഭവിക്കുവാൻ സാധ്യമാകുന്നതിനു മുൻപ് നിങ്ങൾ ഒരു പാറപോലെ ഉദ്ഗ്രഥിതനായിത്തീരേണ്ടതുണ്ട്. ആളുകൾ പൂഴിപോലെയാണ്, കേവലം ആയിരക്കണക്കിന് ശകലങ്ങൾ, ഒരു ആൾക്കൂട്ടം, ഒരു ജനക്കൂട്ടം, അവർ ഒന്നല്ല. പരമാനന്ദം സംഭവിക്കുവാൻ സാധ്യമാകുന്നത് നിങ്ങൾ ഒന്നായിരിക്കുമ്പോൾ മാത്രമാണുതാനും. അല്ലാത്തപക്ഷം നിങ്ങളുടെ ആന്തരിക ജനക്കൂട്ടം ശബ്ദം സൃഷ്ടിച്ചുകൊണ്ടേയിരിക്കും, സംഘട്ടനം, സമരം, സംഘർഷം, വ്യഥ സൃഷ്ടിച്ചുകൊണ്ടേയിരിക്കും. ഈ ആൾക്കൂട്ടം മുഴുവനും ഉരുകിച്ചേർന്ന് ഒരു ഏകകമായിത്തീരേണ്ടതുണ്ട്. ആ ഉദ്ഗ്രഥനം സംഭവിക്കുമ്പോൾ പരമാനന്ദം ഒരു ഉപോത്പന്നമായി, സ്വാഭാവികമായി, വന്നുചേരുന്നു. പരമാനന്ദം ആന്തരികമായ ഉദ്ഗ്രഥനത്തിന്റെ ഉപോത്പന്നമാകുന്നു. പാറ ആ ഉദ്ഗ്രഥനത്തെ പ്രതിനിധാനം ചെയ്യുന്നു.

പ്രഭാതമനനം

നൂറ്റാണ്ടുകളായി ആളുകൾ സന്ന്യാസിമഠങ്ങളിലേക്ക്, പർവതങ്ങളിലേക്ക്, മരുഭൂമിയിലേക്ക് ഒളിച്ചോടിയിട്ടുണ്ട്, കേവലം പ്രേമത്തിന് വളരുവാൻ കഴിയുന്ന സാഹചര്യങ്ങളെ ഒഴിവാക്കുവാൻ വേണ്ടി മാത്രം. അവർ പ്രേമത്തെ പേടിച്ച് ഗുഹകളിലെ ഏകാന്തതയിൽ ജീവിച്ചിരുന്നു. അതിൽ ഒരു കാര്യവുമുണ്ട്; പ്രേമം ഒരുപാട് കുഴപ്പങ്ങൾ സൃഷ്ടിക്കുന്നുണ്ട്. പ്രേമത്തെ കൂടാതെയുള്ള ജീവിതത്തിന് ഒരു പ്രത്യേക ശാന്തതയുണ്ട്. എന്നാൽ ആ ശാന്തത തണുപ്പനാണ്, മൃതമാണ്. അതെ, അവിടെയൊരു നിശ്ശബ്ദതയുണ്ട്. എന്നാൽ ആ നിശ്ശബ്ദത ശ്മശാനത്തിലെ നിശ്ശബ്ദതയാണ്. അതിൽ ഒരു സംഗീതവുമില്ല. അത് ഒരു വിലയുമില്ലാത്തതാണ്.

ഒരുവൻ പ്രേമത്തെ പരിവർത്തിപ്പിക്കേണ്ടതുണ്ട്. ഇത് ഒളിച്ചോടൽ കൊണ്ട് സാധ്യവുമല്ല. ഒരുവൻ പ്രേമത്തിന്റെ സമ്പൂർണ്ണമായ നൂലാമാലകളിലേക്കും ഇറങ്ങിച്ചെല്ലുകയും എന്നിട്ടും ജാഗരൂകനായി, നിരീക്ഷണപൂർണ്ണനായി, അവബോധത്തോടു കൂടി നിലകൊള്ളേണ്ടതുണ്ട്. അങ്ങനെ ആ ചുഴലി പുറംപരിധിയിൽ മാത്രം നിലനിൽക്കുകയും ഒരിക്കലും കേന്ദ്രത്തിലേക്ക് എത്താതിരിക്കുകയും ചെയ്യേണ്ടതുണ്ട്. അപ്പോൾ കേന്ദ്രം ചലനമില്ലാതെ നിലനില്ക്കും.

പ്രേമം അംഗീകരിക്കപ്പെടണം. അതേസമയം നിങ്ങൾ അതുമൂലം അലോസരപ്പെടുകയും അരുത്. പ്രേമം ഒരുപാട് പ്രശ്നങ്ങൾ കൊണ്ടുവരും; അത് നല്ലതുമാണ്. കരണം അവ ജീവിതത്തിൽ വെല്ലുവിളികൾ സൃഷ്ടിക്കുന്നു. വെല്ലുവിളികളോട് പ്രതി

കരിക്കുമ്പോൾ നിങ്ങൾ വളരുകയും ചെയ്യുന്നു.

ആദ്യം അഹംബോധത്തെ ഉപേക്ഷിക്കുവാൻ അത് നിങ്ങളെ പ്രേരിപ്പിക്കുകയും, അവിടെ പോരാട്ടം തുടങ്ങുകയും ചെയ്യുന്നു: അഹംബോധം അള്ളിപ്പിടിക്കുന്നു, നിങ്ങൾ അഹംബോധത്തെയും അള്ളിപ്പിടിക്കുന്നു; അഹംബോധത്തിന് എല്ലാറ്റിലും ആധിപത്യം ചുമത്തണം - എന്നാൽ പ്രേമത്തിനുമേൽ ആധിപത്യം ചുമത്താൻ സാധ്യമല്ല. നിങ്ങൾ അഹംബോധത്തെ അള്ളിപ്പിടിക്കുമ്പോൾ പ്രേമം അപ്രത്യക്ഷമാകുന്നു. അഹംബോധത്തെ ഉപേക്ഷിക്കുമ്പോൾ, അപ്പോൾ മാത്രമേ പ്രേമത്തിന് വളരുവാൻ കഴിയു. ഇതാണ് ഒന്നാമത്തെ വെല്ലുവിളി. അതിനുശേഷം ഒന്നിനുപിറകെ ഒന്നായി പുതിയ പുതിയ വെല്ലുവിളികൾ വന്നുകൊണ്ടേയിരിക്കുന്നു.

പ്രദോഷമനനം

നിങ്ങളെ സംരക്ഷിച്ചുകൊണ്ടിരിക്കുന്ന, നിങ്ങളെ പരിരക്ഷിച്ചു കൊണ്ടിരിക്കുന്ന, സദാ സുലഭ്യമായിട്ടുള്ള ഒരു ദൈവികോർജ്ജത്താൽ അസ്തിത്വമാകെ വലയം ചെയ്യപ്പെട്ടു നില്ക്കുന്നു. നിങ്ങൾക്കത് പിടികിട്ടാതെ പോവുകയാണെങ്കിൽ, അതിന് നിങ്ങൾ തന്നെയാണ് കാരണം.

നിങ്ങൾ വാതിലുകളെല്ലാം അടച്ച് പൂട്ടിയിരിക്കുകയാണെങ്കിൽ, സൂര്യപ്രകാശം പുറത്തുണ്ടായിരിക്കാമെങ്കിലും നിങ്ങൾ ജീവിക്കുന്നത് അന്ധകാരത്തിൽ തന്നെയായിരിക്കും. ഇനി വാതിലുകൾ തുറന്നു കിടക്കുകയാണെങ്കിൽത്തന്നെയും സൂര്യനവിടെ ഉണ്ടെങ്കിലും, നിങ്ങൾക്ക് കണ്ണുകളടച്ചിരിക്കാം, അപ്പോഴും നിങ്ങൾ അന്ധകാരത്തിലായിരിക്കും ജീവിക്കുന്നത്. അതുപോലെ തന്നെയാണ് ദൈവത്തിന്റെ കാര്യത്തിലും: അവന്റെ സ്നേഹം എപ്പോഴും അവിടെയുണ്ട്, എന്നാൽ നമ്മുടെ ഹൃദയങ്ങൾ തുറന്നല്ല ഇരിക്കുന്നത്. നമ്മുടെ ഹൃദയങ്ങൾ അടഞ്ഞിരിക്കുന്നു. നിങ്ങളുടെ ഹൃദയത്തെ ദൈവത്തിന് സുലഭ്യമാക്കിത്തീർക്കുക. അതുവഴി അവനെ സ്വീകരിക്കുവാൻ നിങ്ങൾക്ക് കഴിയട്ടെ; അങ്ങനെ നിങ്ങൾക്ക് സമ്പൂർണതയോടൊപ്പം, സമ്പൂർണതയുടെ താളത്തിനൊപ്പം മിടിക്കുവാൻ കഴിയട്ടെ. അപ്പോൾ മഹത്തായ ആശീർവാദം നിങ്ങളുടേതായിരിക്കും.

പ്രഭാതമനനം

പ്രേമത്തിന് ജീവിതത്തിൽ ഏറ്റവും വലിയ ധീരത ആവശ്യമുണ്ട്. അതിനുള്ള ലളിതമായ കാരണമിതാണ്: പ്രേമത്തിന്റെ ലോകത്തിലേക്ക് നീങ്ങുന്നതിനുള്ള അടിസ്ഥാനപരമായ ആവശ്യകത നിങ്ങളുടെ അഹംബോധത്തെ അലിയിച്ചു കളയലാണ്.

എന്തുവന്നാലും നമ്മൾ അഹംബോധത്തിൽ അള്ളിപ്പിടിച്ചുകൊണ്ടിരിക്കുന്നു. അതിനുവേണ്ടി മരിക്കുവാൻ നാം തയ്യാറാണ്. എന്നാൽ അതിനെ മരിക്കുവാൻ നമ്മളനുവദിക്കുകയില്ല. കാരണം അത് നമ്മളെ നിർവ്വചിക്കുന്നു, നമുക്കൊരു സ്വത്വം നൽകുന്നു. അത് നമുക്ക് വ്യതിരിക്തമായ ഒരു അസ്തിത്വം നൽകുന്നു. താൻ പ്രധാനമാണ്, തനിക്ക് പ്രസക്തിയുണ്ട് എന്ന തോന്നൽ അത് നമ്മിലുണ്ടാക്കുന്നു. എന്നാൽ അടിസ്ഥാനപരമായി അഹംബോധം കപടമായൊരു പ്രതിഭാസമായതിനാൽ ഈ തോന്നലുകളെല്ലാം കാപട്യത്തിലധിഷ്ഠിതമാണ്. അതിനാൽ, ഈ അഹംബോധം നൽകുന്ന പ്രാധാന്യം കപടമാണെന്ന്, വെറും വാചികപ്രധാനമാണെന്ന് ഉള്ളിന്റെയുള്ളിൽ ആഴത്തിൽ നമുക്കെപ്പോഴും ബോധമുണ്ട്. നമുക്കതറിയാം, എന്നിരുന്നാലും നമുക്കത് അറിഞ്ഞുകൂടതാനും. നമുക്കതിനെക്കുറിച്ച് ബോധമുണ്ട്, എന്നിരുന്നാലും അതറിയുന്നത് നമുക്ക് ഇഷ്ടമല്ല. നമുക്കതിനെക്കുറിച്ച് ബോധമുണ്ട്, എന്നിട്ടും നാമത് വിസ്മരിക്കുവാൻ ആഗ്രഹിക്കുന്നു. ഇതാണ് മനുഷ്യസഹജമായ 'ഡൈലെമ.'

പ്രേമത്തിലേക്ക് പ്രവേശിക്കുക എന്നുവെച്ചാൽ ഈ ഡൈലെമയിൽ നിന്ന് പുറത്ത് കടക്കലാണ്, ഈ കാപട്യത്തെ ഈ വാചികപ്രധാനമായ, കപടമായ ഉണ്മയെ ഉപേക്ഷിക്കുകയും കേവലം ഒരു അനസ്തിത്വമായി, ഒന്നുമല്ലായ്മയായി വർത്തിക്കലുമാണ്. ആ ഒന്നുമല്ലായ്മയിൽ നിന്ന് അമൂല്യമായ ചിലത് ഉയർന്നുവരുന്നു. ജീവിതം ഒരു ആഘോഷമായിത്തീരുന്നു.

പ്രദോഷമനനം

ധ്യാനികൾ മറ്റുള്ള ആളുകളേക്കാൾ ധിഷണാശാലികളായിത്തീരേണ്ടതാണ്. അങ്ങനെയാകുന്നില്ലെങ്കിൽ അവരുടെ ധ്യാനം കപടമാണ്. അപ്പോൾ ധ്യാനമെന്താണെന്ന് അവർക്കറിയില്ല; അവർ ധ്യാനത്തിന്റെ പേരിൽ മറ്റെന്തോ ആണ് ചെയ്തുകൊണ്ടിരിക്കുന്നത്.

ജ്ഞാനിയായ ഒരു വ്യക്തി കൂടുതൽ സംവേദിയായി, കൂടുതൽ ധിഷണാശാലിയായി, കൂടുതൽ ക്രിയാത്മകനായി, കൂടുതൽ പ്രേമപൂർണ്ണനായി, കൂടുതൽ കാരുണ്യവാനായി തീരേണ്ടതാണ്. ഈ ഗുണവിശേഷങ്ങൾ സ്വയമേവ വളർന്നുവരും. അതിന്റെ മുഴുവൻ രഹസ്യവും കുടികൊള്ളുന്നത് ഒരു കാര്യത്തിലാണ്: മനസ്സിനെ നിശ്ചലമാക്കുവാൻ പഠിക്കുക. മനസ്സിനെ നിലപ്പിക്കുന്നതെങ്ങനെ എന്ന് അറിയുന്ന നിമിഷം, നിങ്ങൾ യജമാനനായിത്തീരുന്നു. അപ്പോൾ മനസ്സ് മനോഹരമായൊരു യാന്ത്രിക സംവിധാനം മാത്രമായിത്തീരുന്നു. അതിനെ ഉപയോഗിക്കണമെന്ന് തോന്നുമ്പോൾ നിങ്ങളതിനെ ഉപയോഗിക്കുന്നു.ആവശ്യമുള്ളപ്പോൾ അത് ഓൺ ചെയ്യുകയും അതിന്റെ ആവശ്യമില്ലാതിരിക്കുമ്പോൾ നിങ്ങളത് ഓഫ് ചെയ്യുകയും ചെയ്യുന്നു.

പ്രഭാതമനനം

പ്രേമം എന്നാൽ അപരനെ അവൻതന്നെ ഒരു ലക്ഷ്യമെന്ന നിലയിൽ ആദരിക്കുവാൻ പഠിക്കണം എന്നതാണ്. അപരൻ ഒരു മാർഗ്ഗമല്ല. അപരനെ ഒരു മാർഗ്ഗമായി കാണുന്നതു മാത്രമാണ് ഒരേയൊരു അസാന്മാർഗ്ഗികമായ നടപടി. വാസ്തവത്തിൽ അസാന്മാർഗ്ഗികത്തെ മൊത്തത്തിൽ ഈ ലളിതമായ കാര്യത്തിലൂടെ നിർവ്വചിക്കുവാൻ കഴിയും. അപരനെ ഒരു മാർഗ്ഗമെന്ന നിലയിൽ ഉപയോഗിക്കുകയാണെങ്കിൽ നിങ്ങൾ അസാന്മാർഗ്ഗികനാണ്. സ്വയം ഒരു ലക്ഷ്യമെന്ന നിലയിൽ, അപരനായ വ്യക്തിയോട് നിറയെ ആദരവുള്ളവനാണ് നിങ്ങളെങ്കിൽ, അപ്പോൾ നിങ്ങൾ സാന്മാർഗ്ഗികനാണ്.

അധികം താമസിയാതെ അപരന് അയാളുടേതായ ഇടം ആവശ്യമായി വരികയും, അതോടെ നിങ്ങളിൽ ഭയം ഉയർന്നുവരികയും ചെയ്യുന്നു. നിങ്ങൾക്ക് അയാളെ ഒരു തടവുകാരനാക്കണമെന്നുണ്ടാകും- തീർച്ചയായും മനോഹരമായ ചങ്ങലകളോടെ, രത്നങ്ങൾ പതിപ്പിച്ച സ്വർണ്ണ ചങ്ങലകളാൽ അയാളെ തളച്ചിടണമെന്ന് ആഗ്രഹമുണ്ടാകും. പക്ഷെ, നാളെയെക്കുറിച്ച് ഉറപ്പുണ്ടായിരിക്കണം, അല്ലെങ്കിലോ- ആർക്കറിയാം?- നിങ്ങളുടെ പ്രണയിതാവ് നിങ്ങളെ വിട്ടുപോകാം. അടുത്ത നിമിഷം എന്താണ് സംഭവിക്കുന്നതെന്ന് ഒരുവൻ ഒരിക്കലും അറിയുന്നില്ല. അതിനാൽ അടുത്ത നിമിഷത്തെക്കുറിച്ച് അവന് ഒരു ഉറപ്പുവേണം; അവന് ഒരു നിശ്ചിത ഗ്യാരണ്ടി വേണം. ആ ഗ്യാരണ്ടി തന്നെയാണ് പ്രേമത്തെ കൊല്ലുന്നത്.

പിന്നെ ഭാര്യാഭർത്താക്കന്മാരുണ്ട്- ഇവരാണ് പ്രേമത്തെ കഴുത്തറുത്തു കൊന്നിട്ടുള്ളവർ അതിനെ

oshonisarga.com
fb/yesoshonisarga

പൂർണ്ണമായും കൊന്നൊടുക്കിയവർ. ഇപ്പോൾ ദാമ്പത്യം തീർച്ചയായും വളരെ കൂടുതൽ ഈടുനിൽക്കുന്ന ഒരു പ്രതിഭാസമായിക്കഴിഞ്ഞിരിക്കുന്നു, ഒരു പ്ലാസ്റ്റിക് പുഷ്പംപോലെ. ഒരു യഥാർത്ഥ റോസാപ്പൂ വാടിക്കൊഴിഞ്ഞു പോകുവാനുള്ളതാണ്. അല്പം ശക്തമായൊരു കാറ്റ് വരികയേ വേണ്ടൂ, ഇതളുകൾ കൊഴിഞ്ഞു വീഴുന്നു. ഒരുവൻ ഇത് അംഗീകരിക്കേണ്ടതുണ്ട്; ജീവിതം നിരന്തരമായ ഒരു ഒഴുക്കാണ്.

പ്രേമം ഈ വെല്ലുവിളികളെല്ലാം സൃഷ്ടിക്കുന്നു. എങ്കിലും നിങ്ങൾ കേന്ദ്രീകൃതനായി, ജാഗരൂകനും അവബോധവാനുമായി നിലകൊള്ളുകയാണെങ്കിൽ, അപ്പോൾ ഈ വെല്ലുവിളികളെല്ലാം അങ്ങേയറ്റം സഹായകമാകുന്നു: അത് നിങ്ങളെ സമ്പന്നനാക്കുന്നു.

പ്രദോഷമനനം

നിങ്ങൾ ചിന്തിച്ചുകൊണ്ടിരിക്കുന്ന എല്ലാ കാര്യങ്ങളെക്കുറിച്ചും, നിങ്ങൾ ആഗ്രഹിച്ചുകൊണ്ടിരിക്കുന്ന, ഭാവനയിൽ കണ്ടുകൊണ്ടിരിക്കുന്ന, സ്വപ്നം കണ്ടുകൊണ്ടിരിക്കുന്ന എല്ലാറ്റിനെക്കുറിച്ചും കൂടുതൽ ക്കൂടുതൽ അവബോധവാനായിത്തീരുക. കേവലം ഓർത്തുകൊള്ളുക, നിങ്ങൾ എല്ലാ കാര്യങ്ങളെക്കുറിച്ചും ബോധവാനായിരിക്കേണ്ടതുണ്ട്. നടന്നുകൊണ്ടിരിക്കവെ, അതിനെക്കുറിച്ച് ബോധവാനാവുക; ആഹാരം കഴിക്കവേ, അതിനെക്കുറിച്ച് ബോധവാനാവുക; ചിന്തിച്ചുകൊണ്ടിരിക്കവെ, എന്തൊക്കെ ചിന്തകളാണ് മനസ്സിലൂടെ കടന്നു പോകുന്നതെന്ന് നിരീക്ഷിച്ചു കൊണ്ടേയിരിക്കുക. ഒരു ദിനം നിങ്ങൾ അതിശയപ്പെടും. നിങ്ങൾ അതിനുള്ള പാടവം പഠിച്ചു കഴിഞ്ഞാൽ അത് ഉറക്കത്തിൽപോലും തുടർന്നുകൊണ്ടിരിക്കും. നിങ്ങൾ സ്വപ്നങ്ങളെ നിരീക്ഷിച്ച് കൊണ്ടേയിരിക്കും. ഏത് തരത്തിലുള്ള സ്വപ്നങ്ങളാണ് കടന്നു പോയ്ക്കൊണ്ടിരിക്കുന്നതെന്ന് നിങ്ങളറിയുന്നു, അവ സ്വപ്നങ്ങളാണെന്നും നിങ്ങളറിയുന്നു. ആ സുദിനം, ഒരുവന് അവന്റെ സ്വന്തം സ്വപ്നങ്ങളെ നിരീക്ഷിക്കുവാൻ കഴിയുന്ന സുദിനം മഹത്തായ ഒരു പരിവർത്തനത്തിന്റെ സുദിനമാണ്. ആ നിമിഷം മുതൽക്ക് നിങ്ങളൊരു പുതിയ സത്തയാണ്. അതിനു ശേഷം നിങ്ങൾ യാഥാർത്ഥ്യത്തിന്റെ ലോകത്തേക്ക് പ്രവേശിക്കുന്നു.

സ്വപ്നങ്ങളെ, ചിന്തകളെ, കാമനകളെ നിരീക്ഷിച്ചുകൊണ്ട് പതുക്കെപതുക്കെ നാം ആ നിരീക്ഷകനായിത്തീരുന്നു, നമ്മളെന്തിനെയാണോ നിരീക്ഷിച്ചുകൊണ്ടിരിക്കുന്നത് അതിൽ നിന്നെല്ലാം നമ്മൾ താദാത്മ്യവിമുക്തനായിത്തീരുന്നു, സാക്ഷിയായിത്തീരുന്നു. ആ സാക്ഷി തന്നെ പരമമായ യാഥാർത്ഥ്യം.

പ്രഭാതമനനം

നൂറ്റാണ്ടുകളോളം വൈവാഹികബന്ധം ശക്തമായി നിലനിന്നു, കാരണം പുരുഷൻ സ്ത്രീയുടെ അഹംബോധത്തെ പൂർണമായി കൊന്നൊടുക്കുവാനുള്ള ശ്രമത്തിലായിരുന്നു. അത് കൊല്ലപ്പെട്ടുവെന്നല്ല, അത് അധോലോകത്തിലേക്ക് പോയി എന്നുമാത്രം; അത് അധോലോകരീതിയിൽ പ്രവർത്തിച്ചു. സ്ത്രീ അവളുടെ അഹംബോധപരമായ ആവശ്യങ്ങളിൽ വളരെ സൂക്ഷ്മബുദ്ധിയായിത്തീർന്നു. അങ്ങനെയുണ്ടായതാണ് സ്ത്രൈണതയുടെ പിറുപിറുക്കലുകളും മറ്റെല്ലാ തന്ത്രങ്ങളും. അവൾക്ക് അവയെല്ലാം കണ്ടുപിടിക്കേണ്ടി വന്നു. കാരണം പുരുഷൻ അവളുടെ അഹംബോധത്തിന് നേരിട്ടുള്ള യാതൊരു പ്രകടനവും അനുവദിച്ചിരുന്നില്ല. അവൾക്ക് പരോക്ഷമായ മാർഗ്ഗങ്ങൾ കണ്ടുപിടിക്കേണ്ടി വന്നു. എന്നാൽ ആരാണ് ശരിയായ യജമാനൻ എന്ന് ആ മനുഷ്യനെ കാണിച്ചുകൊടുക്കേണ്ടതുണ്ടായിരുന്നു. എല്ലാ ദിവസവും എല്ലാ വീട്ടിലും ഉണ്ടായിക്കൊണ്ടിരിക്കുന്ന പ്രശ്നം മുഴുവനും അതാണ്, ആരാണ് യജമാനൻ? അത് തീരുമാനിക്കുക ഏതാണ്ട് അസാധ്യമാണ്. കാരണം മൊത്തം കാര്യങ്ങളും അസംബന്ധമാണ്.

പ്രേമമുണ്ടെങ്കിൽ ആരും യജമാനനല്ല, പ്രേമമാണ് യജമാനൻ. നിങ്ങൾ രണ്ടുപേരും പ്രേമത്തിൽ അപ്രത്യക്ഷമാകുന്നു. പുരുഷനും യജമാനനല്ല, സ്ത്രീയും യജമാനനല്ല. പ്രേമം രണ്ടുപേരെയും ആവേശിക്കുന്നു. പക്ഷെ ആരും അതിന് തയ്യാറല്ല. അവർക്ക് പ്രേമത്തെയും പ്രേമിക്കുന്ന വ്യക്തിയെയും സ്വന്തമാക്കണം. അതിനാൽ പുരുഷൻ സ്ത്രീയെ ഒരു കമ്പോളവസ്തുവാക്കി ചുരുക്കുവാൻ ശ്രമിക്കുന്നു. സ്ത്രീ

യും അതുപോലെ തന്നെ പുരുഷനെ ഒരു കമ്പോളച്ച രക്കാക്കി ചുരുക്കുവാൻ ശ്രമിക്കുന്നു. രണ്ടുപേരും അക്കാര്യത്തിൽ വിജയിക്കുകയും ചെയ്തിരിക്കുന്നു. അങ്ങനെ സ്ത്രീ ലൈംഗികചൂഷണത്തിനുള്ള ഒരു ഉപാധിയായിത്തീർന്നിരിക്കുകയാണ്, പുരുഷനാകട്ടെ സാമ്പത്തികചൂഷണത്തിനുള്ള ഉപാധിയുമായിത്തീർന്നിരിക്കുന്നു. ശമ്പളദിവസം അടുക്കുന്നതോടെ സ്ത്രീ വളരെ പ്രേമവതിയാകുന്നു; അപ്പോൾ അവൾക്ക് വലിയ പ്രേമമാണ്! പണം കയ്യിൽ കിട്ടിക്കഴിഞ്ഞാൽ, പിന്നെ ആര് ശ്രദ്ധിക്കുന്നു? പിന്നെ അടുത്ത ഇരുപത്തൊമ്പത് ദിവസത്തേക്ക് നിങ്ങൾ ആരുമല്ല!

അതുപോലെ ലൈംഗികമായി ആവശ്യമുള്ളപ്പോൾ പുരുഷൻ വളരെ പ്രേമസമ്പന്നനാണ്. അല്ലാതിരിക്കുമ്പോൾ അവന് ഒട്ടും താല്പര്യമേയില്ല. സ്ത്രീയുമായി ലൈംഗികബന്ധത്തിലേർപ്പെട്ടു കഴിഞ്ഞാൽ പിന്നെ അവൻ മറുഭാഗത്തേക്കു തിരിഞ്ഞു കിടന്ന് ഉറങ്ങുന്നു. അവൾ ഉപയോഗിക്കപ്പെടുകയാണ്. അവളത് അറിയുകയും ചെയ്യുന്നു. അതുകൊണ്ടാണ് അവൾ പീഢനമനുഭവിക്കുന്നത്.

പ്രദോഷമനനം

എന്റെ പ്രാഥമികമായ സന്ദേശം ഇതാണ്: ഭയത്തിലൂടെ ജീവിക്കരുത്. ശിക്ഷിക്കപ്പെടുന്നതിന്റെ പ്രശ്നമില്ല. ഭയമില്ലാതെ ജീവിക്കുക. കാരണം അപ്പോൾ മാത്രമാണ് നിങ്ങൾ സമ്പൂർണമായി ജീവിക്കുന്നത്. ഭയം നിങ്ങളെ സ്വാഭാവികമായും അടഞ്ഞതാക്കുന്നു, അത് നിങ്ങളെ സ്വയം തുറക്കുവാനനുവദിക്കുന്നില്ല. എന്തെങ്കിലുമൊരു കാര്യം ചെയ്യുന്നതിനു മുൻപ്- അത് ശരിയായാലും തെറ്റായാലും, സാന്മാർഗ്ഗികമായാലും അസാന്മാർഗ്ഗികമായാലും, പള്ളിക്ക് ബോധിച്ചതായാലും അല്ലെങ്കിലും, മതഗ്രന്ഥങ്ങൾ അത് അനുവദിക്കുന്നുണ്ടെങ്കിലും ഇല്ലെങ്കിലും- അത് ചെയ്യുന്നതിന് മുൻപ് ഒരായിരം കാര്യങ്ങൾ നിങ്ങൾക്ക് പരിഗണിക്കേണ്ടി വരുന്നു. അതിനെക്കുറിച്ച് ചിന്തിക്കുന്തോറും നിങ്ങൾ കൂടുതൽ കൂടുതൽ ആശയക്കുഴപ്പത്തിലാവുകയും ചെയ്യും. കാര്യങ്ങളെ പാപങ്ങളാക്കി മാറ്റുന്ന ആ ദിശയിൽ നിങ്ങൾ നീങ്ങുവാൻ തുടങ്ങിയാൽ പിന്നെ നിങ്ങൾക്ക് ജീവിക്കുവാനാവില്ല, നിങ്ങൾ ജീവിതം വലിച്ചുകൊണ്ടു പോവുക മാത്രമാണ് ചെയ്യുന്നത്.

എന്റെ സമീപനം തികച്ചും വ്യത്യസ്തമാണ്. തെറ്റുകൾ ഉണ്ട്, എന്നാൽ പാപം എന്ന ഒന്നേയില്ല. ഒരു കാര്യം മാത്രം ഓർത്തിരിക്കേണ്ടതാണ്: ഒരേ തെറ്റ് തന്നെ വീണ്ടും വീണ്ടും ചെയ്യരുത്. കാരണം അത് മണ്ടത്തരമാണ്. ഒരുവൻ ജീവിതം പര്യവേക്ഷണം ചെയ്യേണ്ടതുണ്ട്, ആ പര്യവേക്ഷണത്തിൽ ചിലപ്പോൾ നിങ്ങൾക്ക് വഴിതെറ്റും. വഴിതെറ്റുന്ന കാര്യത്തിൽ അമിതമായി ഭയാലുവായിത്തീരുകയാണെങ്കിൽ, പര്യവേക്ഷണം സാധ്യമാവുകയില്ല. അപ്പോൾ ജീവിതത്തിന്റെ മുഴുവൻ സാഹസികതയും തവിടുപൊടിയാകുന്നു, കൊല്ലപ്പെടുന്നു, നശിപ്പിക്കപ്പെടുന്നു. അതു

തന്നെയാണ് മതവിശ്വാസികളെന്ന് കരുതപ്പെടുന്നവർ ചെയ്തിട്ടുള്ളത്. അവർ മതത്തെ അത്രയേറെ ഗൗരവ സ്വഭാവമുള്ളതാക്കിയിരിക്കുന്നു, അത്രയും പേടിപ്പെടുത്തുന്നതാക്കിയിരിക്കുന്നു. അവരാണ് മതത്തിന് ഇത്രയും ഗൗരവമേറിയ ഒരു മുഖം നൽകിയിരിക്കുന്നത്.

എന്റെ പരിശ്രമം നിങ്ങൾക്ക് ആഹ്ലാദം നൽകുന്നതിന് വേണ്ടിയാണ്, ജീവിതത്തിന് സുഗന്ധം നൽകുന്നതിന് വേണ്ടിയാണ്, അങ്ങനെ സാഹസികതയ്ക്കുള്ള ധൈര്യം നൽകുന്നതിന് വേണ്ടിയാണ്, ജീവിതം ലഭ്യമാക്കിത്തരുന്ന എല്ലാ സാധ്യതകളെയും പര്യവേക്ഷിക്കുവാനായി ഭയരഹിതമായി സഞ്ചരിക്കുന്നതിന് വേണ്ടിയാണ്, സ്വയം വികസിക്കുന്നതിനും തുറന്നിരിക്കുന്നതിനും വഴക്കമുള്ളവനായിരിക്കുന്നതിനും ഭയമില്ലാതാക്കുവാൻ വേണ്ടിയാണ്. നമ്മുടെ വിധികർത്താവ് ദൈവമായിരിക്കുന്നതുമൂലം നാം ഭയപ്പെടേണ്ട കാര്യമില്ല. ഒടുവിൽ വിധിനിർണ്ണയ ദിനം നിങ്ങൾ ദൈവത്തെ കാണുമ്പോൾ, നിങ്ങൾക്കവനോട് പറയാം, ''അതെ ഞാൻ മദ്യപിച്ചുകൊണ്ടിരുന്നു, ഞാൻ മറ്റുചില കാര്യങ്ങളും ചെയ്തിട്ടുണ്ട്, ദയവായി എന്നോട് ക്ഷമിക്കണം...'' ഞാൻ കരുതുന്നത് അവൻ നിങ്ങളെ മനസ്സിലാക്കുമെന്നാണ്. വേവലാതിപ്പെടേണ്ടതില്ല.

OSHO
Never Born
Never Died
Only Visited This Planet Earth
Between Dec.11, 1931 - Jan.19, 1990

പ്രഭാതമനനം

പ്രേമത്തെ ഒരു കർത്തവ്യമാക്കി മാറ്റാനാവില്ല. അതിനെ ഒരു കർത്തവ്യമാക്കി മാറ്റുന്ന നിമിഷം അത് കൃത്രിമമായിത്തീരുന്നു, ഉപരിതലസ്പർശിയായിത്തീരുന്നു. അപ്പോൾ അതിന് തൊലിപ്പുറത്തോളം പോലും ആഴമില്ല. അച്ഛൻ പറയുന്നു, "എന്നെ സ്നേഹിക്കുക, ഞാൻ നിന്റെ അച്ഛനാണ്." എന്തുകൊണ്ടാണ് കുട്ടി അവരെ സ്നേഹിക്കേണ്ടതെന്നതിന് അവർ കാരണങ്ങൾ നിരത്തുന്നുമുണ്ട്- സ്നേഹത്തിന് എന്തെങ്കിലും കാരണങ്ങൾ ആവശ്യമായിട്ടുള്ളതുപോലെ! കുട്ടിക്ക് സ്വയം സ്നേഹസമ്പന്നനായ വ്യക്തിയായി, സ്വാഭാവികമായി പ്രഫുല്ലനം ചെയ്യാനുള്ള ഒരു സാഹചര്യം അവനുചുറ്റും അവർ ഒരുക്കുന്നില്ല; അവർ ആ ആശയം അടിച്ചേൽപ്പിക്കുകയാണ്.

സ്വാഭാവികമായും തനിക്ക് സ്നേഹം തോന്നുന്നില്ലെങ്കിൽ, അവന്, കുട്ടിക്ക് കുറ്റബോധമുണ്ടാകുന്നു- കാരണം അവൻ അമ്മയെയോ അച്ഛനെയോ സ്നേഹിക്കുന്നില്ല, ഇതു മോശമാണ്. ഇങ്ങനെയല്ല കാര്യങ്ങൾ വേണ്ടത്. അവന് അവനോടുതന്നെ നിന്ദ തോന്നാൻ തുടങ്ങുന്നു. കൂടാതെ ഈ കുറ്റബോധം ഒഴിവാക്കാനായി മാത്രം അവൻ സ്നേഹിക്കുവാൻ തുടങ്ങുകയാണെങ്കിൽ അവനറിയാം, അത് കേവലം കപടനാട്യമാണെന്ന്. എന്നാൽ ആ കപടനാട്യം അവൻ പഠിക്കേണ്ടി വരുന്നു. കാരണം അവന് അതിജീവിക്കേണ്ടതുണ്ട്. അവനെ സംബന്ധിച്ചിടത്തോളം അതൊരു ജീവന്മരണപ്രശ്നമാണ്. പിന്നെ അവന് സഹോദരന്മാരെയും സഹോദരിമാരെയും അമ്മാവന്മാരെയും അമ്മായിമാരെയും, എല്ലാം സ്നേഹിക്കേണ്ടി വരുന്നു. അവന് സ്നേഹിക്കേണ്ടി വരിക

യാണ്, സ്നേഹത്തിന് ഒരു സ്വാഭാവികവളർച്ചയാകുവാൻ കഴിഞ്ഞേനെ എന്ന കാര്യം അവൻ തീർത്തും മറന്നുപോകുന്നു. ഇപ്പോൾ അതൊരു കർത്തവ്യമാണ്, നിറവേറ്റപ്പെടേണ്ടതായ ഒരു ആജ്ഞ, ഒരു പ്രമാണം, അതിനാൽ അവനത് ചെയ്തുകൊണ്ടേയിരിക്കുന്നു. അതൊരു പൊള്ളയായ അംഗവിക്ഷേപം മാത്രമായിത്തീരുന്നു. ഇത് ജീവിതത്തിലുടനീളം അവന്റെ ശൈലിയായിത്തീരുകയും ചെയ്യുന്നു.

പ്രദോഷമനനം

പഴമയെ ഉപേക്ഷിക്കുന്നത് വലിയ ബുദ്ധിമുട്ടാണ്. പക്ഷെ അതുപേക്ഷിക്കപ്പെടേണ്ടതുണ്ട്. കാരണം അപ്പോൾ മാത്രമേ പുതിയത് സാധ്യമായിത്തീരുന്നുള്ളു. പുതിയതിനെ സ്വീകരിക്കുന്നത് ബുദ്ധിമുട്ടാണ്. കാരണം അത് പുതിയതാണ്. നമ്മുക്കത് പരിചിതവുമല്ല. അതൊരു അപരിചിതനാണ്, ആഴത്തിൽ നാം അതിനെക്കുറിച്ച് സന്ദേഹിയും ഭയാലുവുമാണ്. എന്നിരുന്നാലും പുതിയതിനെ സ്നേഹിക്കുവാൻ ഒരുവൻ പഠിക്കേണ്ടതുണ്ട്. അല്ലെങ്കിൽ ഒരു വളർച്ചയും സാധ്യമല്ല.

വളർച്ചയെന്നാൽ പഴയതിനെ വിട്ടുകളയുവാനും, പുതിയതിനെ സ്നേഹിക്കുവാനുമുള്ള ധൈര്യം എന്ന് മാത്രമാണർത്ഥം. ഇത് ഒരിക്കൽ മാത്രം ചെയ്താൽ പോരതാനും, അത് അനുനിമിഷം ചെയ്യേണ്ടതുണ്ട്. കാരണം ഓരോ നിമിഷവും ചില കാര്യങ്ങൾ പഴയതായിത്തീരുകയും ചില പുതിയ കാര്യങ്ങൾ വാതിൽക്കൽ മുട്ടുകയും ചെയ്തുകൊണ്ടിരിക്കുന്നു. അത് സംഭവിക്കുമ്പോഴൊക്കെ, പുതിയതിനു തന്നെ ശ്രദ്ധ കൊടുക്കുക. പഴയതിനോട് തീർത്തും ബധിരനായി വർത്തിക്കുക. പഴയത് ഒരു ബന്ധനമായാണ് പ്രവർത്തിക്കുക, പുതിയത് സ്വാതന്ത്ര്യം കൊണ്ടുവരുന്നു. സത്യം എപ്പോഴും പുതുതാണ്. ദൈവം എപ്പോഴും പുത്തനാണ്-പ്രഭാതസൂര്യനിൽ വെട്ടിത്തിളങ്ങുന്ന മഞ്ഞുതുള്ളിപോലെ നവ്യമായത്.

പ്രഭാതമനനം

ഈ ലോകത്തിൽ അപൂർവ്വം ചില ആളുകൾ മാത്രമാണ് പ്രേമപൂർണരായിട്ടുള്ളത്. അതുകൊണ്ടാണ് ഇവിടെ ഇത്രയധികം ദുഃഖമുള്ളത്. എല്ലാവരും സ്നേഹമുള്ളവരായിരിക്കുവാൻ ഇഷ്ടപ്പെടുന്നു. എല്ലാവരും സ്നേഹിക്കപ്പെടുവാൻ ഇഷ്ടപ്പെടുന്നു. എന്നാൽ ആരുംതന്നെ പ്രേമിക്കുന്നതിന്റെ കല അഭ്യസിക്കുന്നില്ല. അതൊരു മഹത്തായ കലയാണ്. നിങ്ങൾ ജനിക്കപ്പെടുന്നത് അതിനുള്ള സാധ്യതാശേഷിയോടുകൂടി മാത്രമാണ്. ആ സാധ്യതാശേഷി വാസ്തവികമാക്കി പരിവർത്തിപ്പിക്കേണ്ടതുണ്ട്, അതിനെ ഒരു വാസ്തവമാക്കിത്തീർക്കേണ്ടതുണ്ട്. അതിന് ഒന്നാമതായി വേണ്ടത് കൂടുതൽ ജാഗരൂകനായിത്തീരുകയാണ്.

ആളുകൾ അബോധവാന്മാരാണ്; അതിനാൽ അവർക്ക് പ്രേമം ആവശ്യമുണ്ട്. അവർക്ക് പ്രേമിക്കണമെന്നുണ്ട്, എന്നാൽ അബോധവാന്മാരായതു കാരണം അവർ ചെയ്യുന്നതെല്ലാം നേരെ വിപരീതമാകുന്നു. അവർ അവരുടെ സ്വന്തം പ്രേമത്തെ നശിപ്പിക്കുന്നു, പ്രേമത്തിനുള്ള എല്ലാ സാധ്യതകളെയും അവർ നശിപ്പിക്കുന്നു, എന്നിട്ട് അവർ ദുഃഖിതരായിത്തീരുകയും ചെയ്യുന്നു. അവർ വിധിയെ പഴിക്കുന്നു, ദൈവത്തെ പഴിക്കുന്നു- അവർ എല്ലാറ്റിനെയും പഴിക്കുന്നു, തങ്ങളെ ഒഴികെ. ജാഗരൂകനായ വ്യക്തി എപ്പോഴും തന്നെത്തന്നെയാണ് പഴിക്കുക. കാരണം അവന്റെ കാമനകളും കർമ്മങ്ങളും പരസ്പരം വിപരീതങ്ങളാണ്, അന്യോന്യം ഖണ്ഡിക്കുന്നവയാണ് എന്ന വാസ്തവത്തെക്കുറിച്ച് അവൻ ബോധവാനായിത്തീരുന്നു.

ബോധവാനായിരിക്കുകയാണ് അടിസ്ഥാനപരമായി വേണ്ടത്. അവബോധമെന്ന കല പ്രേമമെന്ന കലയായിത്തീരുന്നു, പരമാനന്ദത്തിന്റെ കലയായിത്തീരുന്നു. മതത്തിന്റെ ആകെത്തുക ഇതാണ്.

16

പ്രദോഷമനനം

മുൻകൂട്ടി തയ്യാറാക്കിയ സത്യം നിങ്ങൾക്ക് ലഭ്യമാവുകയില്ല.അത് പാരമ്പര്യങ്ങളിലോ മതഗ്രന്ഥങ്ങളിലോ കാണുകയില്ല. അതിനുള്ളിലേക്ക് അന്വേഷിച്ചെത്തേണ്ടതുണ്ട്, അതിനെ പര്യവേക്ഷണം ചെയ്യപ്പെടേണ്ടതുണ്ട്. ഓരോരുത്തരും അതിനുള്ളിലേക്ക് അന്വേഷണം നടത്തേണ്ടതുണ്ട്. ഞാൻ അത് കണ്ടെത്തിയിട്ടുണ്ടാകാം, പക്ഷെ നിങ്ങൾക്കത് പകർന്ന് നൽകാൻ എനിക്കാവില്ല. നിങ്ങൾക്കത് നൽകുവാൻ ഞാൻ ഇഷ്ടപ്പെടുന്നില്ലെന്നല്ല. മറിച്ച് അത് പകർന്നു നൽകാനാവാത്തതാണ്. അത് കേവലം നൽകപ്പെടാനാവില്ല. നൽകുവാൻ ഒരു മാർഗ്ഗവുമില്ല. അത് ആർക്കെങ്കിലും കൊടുക്കുന്ന നിമിഷം അതൊരു നുണയായിത്തീരുന്നു. നിങ്ങൾ സ്വയമേവ അത് കണ്ടെത്തേണ്ടതുണ്ട്.

ബുദ്ധന്മാർക്ക് മാർഗ്ഗം കാണിക്കുവാനാകും, എന്നാൽ മുഴുവൻ യാത്രയും നിങ്ങൾ സ്വയം സഞ്ചരിക്കേണ്ടിവരും. അതൊരു നീണ്ട, ശ്രമകരമായ യാത്രയാണ്. എങ്കിലും അതിമനോഹരവുമാണ്. ഓരോ നിമിഷവും വിസ്മയങ്ങൾ, അതിശയകരമായിരിക്കുന്നു, ഓരോ നിമിഷവും വിസ്മയം നിറഞ്ഞിരിക്കുന്നു.

പ്രഭാതമനനം

ഈ ലോകത്തെ സ്നേഹിക്കാത്തിടത്തോളം നിങ്ങൾക്ക് സൃഷ്ടിപരനായിരിക്കുവാൻ സാധ്യമല്ല. വൃക്ഷങ്ങളുടെ സൗന്ദര്യത്തെ നിങ്ങൾ സ്നേഹിക്കുന്നില്ലെങ്കിൽ നിങ്ങളെന്തിന് വൃക്ഷങ്ങളുടെ വർണ്ണചിത്രം വരയ്ക്കുന്നു? പക്ഷികളുടെ കളകൂജനങ്ങളെ നിങ്ങൾ സ്നേഹിക്കുന്നില്ലെങ്കിൽ നിങ്ങൾ എന്തിനു പാട്ടുപാടുന്നു? പൈൻമരങ്ങൾക്കിടയിലൂടെ പതിഞ്ഞു നീങ്ങുന്ന ഇളംകാറ്റിന്റെ സംഗീതത്തെ നിങ്ങൾ സ്നേഹിക്കുന്നില്ലെങ്കിൽ നിങ്ങളെന്തിന് വയലിൻ വായിക്കണം? അസ്തിത്വവുമായി അഗാധമായ പ്രേമത്തിൽ വർത്തിക്കുന്ന ഒരുവന് മാത്രമേ സൃഷ്ടിപരനാകുവാൻ കഴിയു. എന്റെ സന്ദേശമിതാണ്: സൃഷ്ടിപരനായിരിക്കുക എന്നതാണ് മതാത്മകനായിരിക്കുവാനുള്ള ഒരേയൊരു മാർഗ്ഗം. ദൈവം ഒരു സൃഷ്ടികർത്താവാണെങ്കിൽ, അപ്പോൾ സൃഷ്ടിപരനായിരിക്കുക എന്നത് മാത്രമാണ് അവനോടൊപ്പം പങ്കാളിയാകുവാനുള്ള, അവന്റെ സത്തയിൽ പങ്കുചേരുവാനുള്ള, അവന്റെ സത്തയിൽ അഭിരമിക്കുവാനുള്ള ഒരേയൊരു മാർഗ്ഗം.

17

പ്രദോഷമനനം

സത്യം ലഭ്യമായിരിക്കുന്നത് നിഷ്കളങ്കമായ അവബോധത്തിന് മാത്രമാണ്– ഒരു കൊച്ചുകുട്ടിയുടെ യത്രയും നിഷ്കളങ്കമായ ഒരു അവബോധത്തിന്, യാതൊന്നുമറിഞ്ഞുകൂടാത്ത ഒരു അവബോധത്തിന്. നിങ്ങൾ അറിയുമ്പോൾ, നിങ്ങളുടെ ദർപ്പണം പൊടി നിറഞ്ഞതാകുന്നു– അറിവ് ഒരു കണ്ണാടി പോലെ പൊടി പിടിക്കുന്നു. നിങ്ങൾക്ക് ഒന്നും അറിഞ്ഞുകൂടാതിരിക്കുമ്പോൾ നിങ്ങളിൽ നിറയെ വിസ്മയവും ആദരവുമാണ്; നിങ്ങളുടെ ദർപ്പണം ശുചിയായിരിക്കുന്നു. ആ ശുചിയായ ദർപ്പണം സത്യത്തെ പ്രതിഫലിപ്പിക്കുന്നു.

പ്രഭാതമനനം

ഒരു പ്രണയിതാവായിത്തീരുക. ഒരു പ്രത്യേക വ്യക്തിയുടെ മാത്രമല്ല, കേവലം പൊതുവിലുള്ള ഒരു പ്രണയിതാവ്: പ്രണയം നിങ്ങളുടെ ഗുണവിശേഷമായിത്തീരുമാറാകട്ടെ. ആരെങ്കിലുമൊത്തുള്ള വെറുമൊരു ബന്ധം മാത്രമല്ല അത്, കാരണം പ്രണയം ഒരു ബന്ധമായിത്തീരുമ്പോൾ അത് ഒരാളെ ഉൾക്കൊള്ളുകയും അയാളൊഴികെ മുഴുവൻ പ്രപഞ്ചത്തെയും ബഹിഷ്കരിക്കുകയും ചെയ്യുന്നു. അതൊരു അപകടകരമായ വിലപേശലാണ്, ഒരാളെ തെരഞ്ഞെടുക്കുകയും സമ്പൂർണ്ണ പ്രപഞ്ചത്തെയും ബഹിഷ്കരിക്കുകയും ചെയ്യൽ, അതും ഈ സമ്പൂർണ്ണപ്രപഞ്ചം മുഴുവൻ നിങ്ങളുടേതായിരിക്കുകയും നിങ്ങൾ അതിന്റേതായിരിക്കുകയും ചെയ്യുമ്പോൾ. ഈ പ്രപഞ്ചമാകെ അതിന്റെ പ്രണയം നിങ്ങൾക്കുമേൽ വർഷിച്ചുകൊണ്ടിരിക്കുന്നു, അതിനോട് പ്രതികരിക്കാതിരിക്കുന്നത് അത്യധികം നന്ദിയില്ലായ്മയാണ്.

അതുകൊണ്ട് സൂര്യനെ പ്രണയിക്കുക, ചന്ദ്രനെ പ്രണയിക്കുക, നക്ഷത്രങ്ങളെ പ്രണയിക്കുക, വൃക്ഷങ്ങളെയും പർവ്വതങ്ങളെയും പുഴകളെയും പ്രണയിക്കുക, മനുഷ്യരെയും പക്ഷിമൃഗാദികളെയും പ്രണയിക്കുക- കേവലം ഒരു പ്രണയമായി വർത്തിക്കുക. സമ്പൂർണ്ണതയായിരിക്കട്ടെ നിങ്ങളുടെ പ്രേമഭാജനം. അതാണ് കൃത്യമായും ഒരു വ്യക്തിയെ മതാത്മകനാക്കുന്നത്. നിങ്ങളുടെ പ്രണയം സമഷ്ടിയാകെ പ്രസരിക്കുമ്പോൾ, അതിന് യാതൊരു അതിരുകളും അറിയാതാകുമ്പോൾ, യാതൊന്നും അതിനെ കൂട്ടിലടയ്ക്കാതിരിക്കുമ്പോൾ, അത് അപരിമിതമായിരിക്കുമ്പോൾ, അത് ഒരു ബാഹ്യവസ്തുവിനെയും

കേന്ദ്രീകരിച്ചുകൊണ്ടല്ലാതിരിക്കുകയും മറിച്ച് കേവ
ലം ഒരു സത്താവസ്ഥ മാത്രമായിരിക്കുകയും ചെയ്യു
മ്പോൾ, അപ്പോൾ പ്രണയം പ്രാർത്ഥനയാകുന്നു,
അപ്പോൾ പ്രണയം ധ്യാനമാകുന്നു, അങ്ങനെയിരി
ക്കുമ്പോൾ പ്രണയം മുക്തി നൽകുന്നു.

പ്രദോഷമനനം

സത്യം സാക്ഷാത്കരിക്കപ്പെടേണ്ടതായ എന്തെങ്കിലുമൊന്നല്ല. അത് ഇപ്പോൾത്തന്നെ നമുക്കുള്ളിലുണ്ട്. നമ്മൾ അത് ആകുന്നു- അന്വേഷകൻ തന്നെ അന്വേഷണവസ്തുവും. എന്നാൽ നമ്മൾ സത്യത്തെ അന്വേഷിച്ചുകൊണ്ട് അങ്ങുമിങ്ങും അലഞ്ഞുകൊണ്ടേയിരിക്കുന്നു. നാമൊരിക്കലും മറ്റൊരിടത്തും അത് കണ്ടെത്തുകയില്ല. അതിനാൽ അത് കണ്ടെത്തുവാനുള്ള ഒരേയൊരു മാർഗ്ഗം അതിനെ ബാഹ്യതയിൽ അന്വേഷിക്കുന്നത് അവസാനിപ്പിക്കലാണ്. അത് കണ്ടെത്തുവാനുള്ള ഒരേയൊരു മാർഗ്ഗം നിശ്ശബ്ദമായിരുന്ന് ആന്തരികതയിലേക്ക് നോക്കലാണ്. എന്തെങ്കിലും ചെയ്യുന്നതിന്റെ പ്രശ്നമല്ല. അതിലേറെ ഒന്നും ചെയ്യാതിരിക്കലിന്റെ പ്രശ്നമാണത് നിങ്ങൾ അകർമ്മണ്യതയുടെ ഒരവസ്ഥയിലായിരിക്കുമ്പോൾ, അങ്ങേയറ്റം വിശ്രാന്തനായിരിക്കുമ്പോൾ അത് സംഭവിക്കുന്നു. അത് ഉറവയെടുക്കുന്നു, അത് എന്നും അവിടെ ഉണ്ടായിരുന്നു. എന്നാൽ നിങ്ങൾ അവിടെ ഇല്ലായിരുന്നു. ആ സംഗമം സംഭവിക്കുന്നത് നിങ്ങൾകൂടി നിങ്ങളുടെ ഉള്ളിൽ എത്തുമ്പോഴാണ്.

പ്രഭാതമനനം

നിങ്ങൾ പ്രണയത്തിൽ ഉയരങ്ങളിലേക്ക് സഞ്ചരിച്ചുകൊണ്ടിരിക്കവെ നിങ്ങളുടെ ജീവിതം കൂടുതൽ കൂടുതൽ സംഗതമായിത്തീരുന്നു. നിങ്ങളുടെ ഹൃദയത്തിൽ കൂടുതൽ ഗാനങ്ങൾ സംഭവിച്ചു തുടങ്ങുന്നു; കൂടുതൽ ആനന്ദാതിരേകങ്ങൾ ജന്മമെടുക്കുന്നു; പ്രണയത്തിന്റെ പരമമായ അർത്ഥത്തിലാകട്ടെ, അത് ദൈവികമായിരിക്കുമ്പോൾ നിങ്ങൾ കേവലം സൗരഭ്യം വമിച്ചുകൊണ്ടിരിക്കുന്ന, സ്വന്തം ആനന്ദാതിരേകം പ്രസരിപ്പിച്ചുകൊണ്ടിരിക്കുന്ന ഒരു താമരപ്പൂവായി മാറുന്നു. അവിടെ മരണമില്ല, കാലമില്ല, മനസ്സില്ല. അപ്പോൾ നിങ്ങൾ നിത്യതയുടെ ഭാഗമാകുന്നു. തീർച്ചയായും ഭയവും അവിടെയില്ല. മരണമില്ലാതിരിക്കുമ്പോൾ എങ്ങനെ ഭയമുണ്ടാകുന്നു? അവിടെ യാതൊരു ഉത്ക്കണ്ഠയുമില്ല. കാരണം മനസ്സില്ലാതിരിക്കുമ്പോൾ എങ്ങനെ ഉത്ക്കണ്ഠയുണ്ടാകും? മഹത്തായ വിശ്വസ്തതയാണ് അവിടെയുള്ളത്, സംതൃപ്തി, സാഫല്യം.

പ്രദോഷമനനം

നിങ്ങൾക്കുള്ളിൽ ഒരു ദീപം ജ്വലിച്ചുകൊണ്ടിരിക്കുന്നു. അത് എന്നും അവിടെ ഉണ്ടായിരുന്നു. നാം കേവലം ഒരിക്കലും അങ്ങോട്ട് നോക്കാറില്ല. നാം അതിനുനേരെ പുറംതിരിഞ്ഞ് നിൽക്കുന്നു. അതിനാൽ നാം അന്ധകാരത്തിൽ ജീവിക്കുന്നു.

അന്ധകാരം നമ്മുടെ സ്വന്തം സൃഷ്ടിയാണ്. ഉള്ളിലേക്ക് തിരിയുകയാണെങ്കിൽ അവിടെയാകെ വെളിച്ചമാണ്; പുറത്തേയ്ക്കാണ് നോക്കുന്നതെങ്കിൽ എല്ലാം അന്ധകാരവും. അന്ധകാരമെന്നാൽ കേവലം ഇതു മാത്രമാണ് അർത്ഥം: അതായത് നാം ബാഹ്യതയിൽ കേന്ദ്രീകരിക്കപ്പെട്ടിരിക്കുന്നു, ആന്തരിക ലോകം വിസ്മരിക്കപ്പെട്ടിരിക്കുകയും ചെയ്യുന്നു. പ്രകാശം നമ്മുടെ തനിപ്രകൃതമാണ്, ഈ പ്രപഞ്ചത്തിന്റെ മുഴുവൻ പ്രകൃതവും പ്രകാശം തന്നെയാണ്. അസ്തിത്വം പ്രകാശമുൾക്കൊള്ളുന്നു, അത് പ്രകാശനിർമ്മിതമാണ്. അതുകൊണ്ടാണ് ലോകത്തിലുള്ള മതഗ്രന്ഥങ്ങളെല്ലാം പറയുന്നത്, ദൈവം വെളിച്ചമാകുന്നുവെന്ന്. ഇപ്പോഴാകട്ടെ അത് ആധുനിക ശാസ്ത്രവും അംഗീകരിക്കുന്നു, ഈ പ്രപഞ്ചം നിർമ്മിതമായിരിക്കുന്നത് വൈദ്യുതിയാൽ, ഇലക്ട്രോണുകളാലാണെന്ന്. അവ ശാസ്ത്രീയമായ പദാവലികളാണ്. പ്രകാശം എന്നത് കുറേക്കൂടി കാവ്യാത്മകമായ ഒരു പദമാണ്.

അതിനാൽ നിങ്ങൾ തീരുമാനമെടുക്കുക, ഇപ്പോൾ മുതൽ ഉള്ളിലേക്ക് തിരിയുവാനുള്ള എല്ലാ ശ്രമവും ആരംഭിക്കേണ്ടതുണ്ടെന്ന്.

പ്രഭാതമനനം

ഇന്നേവരെ വിരചിതമായിട്ടുള്ളവയിൽ വെച്ച്, ഇന്നേവരെ ഉച്ചരിക്കപ്പെട്ടിട്ടുള്ള സങ്കീർത്തനങ്ങളിൽ വെച്ച് ഏറ്റവും മഹത്തായ ഒന്നാണ് സോളമന്റെ പ്രണയഗീതം, എന്നാൽ ഏറ്റവും കൂടുതൽ തെറ്റിദ്ധരിക്കപ്പെട്ടിട്ടുള്ള സങ്കീർത്തനങ്ങളിൽ ഒന്നുംകൂടിയാണത്. വിശേഷിച്ചും ക്രിസ്ത്യാനികൾ അതിൽ അന്ധാളിക്കുന്നു. അത് പഴയ നിയമത്തിന്റെ ഭാഗമാണ്. അവർ അതിന്റെ അർത്ഥം മനസ്സിലാക്കുവാൻ പ്രാപ്തരുമല്ല. അവർക്ക് ഭയമാണ്, വളരെയധികം ഭയമാണ്, കാരണം അത് സൗന്ദര്യത്തെക്കുറിച്ചും പ്രണയത്തെക്കുറിച്ചും ആഹ്ലാദത്തെക്കുറിച്ചും പ്രതിപാദിക്കുന്നു- മതത്തെക്കുറിച്ചുള്ള അവരുടെ ആശയമാണെങ്കിൽ സന്താപസംബന്ധിയുമാണ്. കുരിശ് തന്നെയാണ് അവർക്ക് പരിപൂർണമായി യോജിക്കുകയെന്ന് തോന്നുന്നു. ഒരു പ്രേമഭാജനവും പ്രേമഗാനവും അവരെ സംബന്ധിച്ച് വളരെയേറെ ഭൗതികമായി തോന്നുന്നു, ലൗകികമായി തോന്നുന്നു. അതിനാൽ സോളമന്റെ സങ്കീർത്തനത്തെക്കുറിച്ച് യാതൊരു ക്രൈസ്തവവ്യാഖ്യാനവും നിലവിലില്ല. യഹൂദർ അല്പം കൂടി മണ്ണുമായി ബന്ധമുള്ള ആളുകളാണ്. എങ്കിലും അവരും അന്ധാളിക്കുകയാണ്. കാരണം അതിൽ ഉപയോഗിക്കപ്പെട്ടിരിക്കുന്ന ബിംബങ്ങൾ പ്രണയത്തിന്റേതാണ്.

എന്റെ സ്വന്തം അനുഭവമെന്തെന്നാൽ പ്രണയം മാത്രമാണ് ദൈവികതയെക്കുറിച്ച് എന്തെങ്കിലും വിശദമാക്കുവാൻ കഴിവുള്ള ഒരേയൊരു വാക്ക്. രണ്ട് പ്രണയിതാക്കളുടെ സംഗമം മാത്രമാണ് അനിർണിതമായതിനെക്കുറിച്ച് എന്തെങ്കിലും ദ്യോതിപ്പിക്കുന്നത്.

അതിന് കുറഞ്ഞപക്ഷം ഒന്നു ചൂണ്ടിക്കാണിക്കുവാൻ കഴിയും, ഒരു വ്യക്തി സമ്പൂർണ്ണതയുമായി വിലയം പ്രാപിക്കുമ്പോൾ സംഭവിക്കുന്ന അതിഗംഭീരമായ ആനന്ദാതിരേകത്തെക്കുറിച്ച് ഒരു സൂചന നൽകുവാൻ കഴിയും. രണ്ട് പ്രണയിതാക്കൾ അന്യോന്യം ലയിച്ചു ചേരുന്നതുപോലെയാണത്, അത് അഗാധമായൊരു പ്രണയാശ്ലേഷം. തീർച്ചയായും അതിലും എത്രയോ മഹത്ക്കരം, എത്രയോ ഗംഭീരം, ഗുണപരമായി വ്യത്യസ്തം. സാധാരണ പ്രണയിതാക്കളുടേതിനെ അപേക്ഷിച്ച് വ്യത്യസ്തമായൊരു തലത്തിലുള്ള താണത്.. എങ്കിലും സാധാരണ പ്രണയിതാക്കൾ തന്നെയാണ് മറ്റെന്തിനേക്കാളും കൂടുതൽ അതി നോട് അടുത്തു വരുന്നത്. ഒരു കുരിശിനും അതിന്റെ അടുത്തെത്താനാവില്ല.

എന്നെ സംബന്ധിച്ച്, സോളമന്റെ പ്രണയഗീത മാണ് ബൈബിളിന്റെ ഏറ്റവും മനോഹരമായ ഭാഗം- പഴയ നിയമത്തിന്റെയും പുതിയനിയമത്തിന്റെയും. എന്നാൽ അതിനെ വിശദീകരിക്കുവാൻ തികച്ചും നൂതനമായ ഒരു ദർശനം ആവശ്യമാണ്.

പ്രദോഷമനനം

നാം വെളിച്ചത്തിൽ നിന്ന് ഉത്ഭൂതരാണ്, നാം വെളിച്ചത്തിൽ ജീവിക്കുന്നു, വെളിച്ചത്തിൽ മരിക്കുന്നു- നാം വെളിച്ചത്താൽ നിർമ്മിതമാണ്. ഇത് എല്ലാ കാലഘട്ടങ്ങളിലും ജീവിച്ചിരുന്ന എല്ലാ ഋഷി വര്യന്മാരുടെയും ഏറ്റവും വലിയ ഉൾക്കാഴ്ചകളിൽ ഒന്നായിരുന്നു. ഇപ്പോൾ, ഈ ഇരുപത് വർഷങ്ങൾക്കുള്ളിൽ ശാസ്ത്രജ്ഞന്മാരും അതിനോട് യോജിക്കുന്നുണ്ട്. അവർക്ക് യോജിക്കേണ്ടി വന്നു. കേവലം ഇരുപത് വർഷം മുമ്പ് അവർ ഋഷിമാരെ പരിഹസിച്ച് ചിരിക്കുകയായിരുന്നു, അവർ അസംബന്ധമാണ് പറയുന്നതെന്ന് കരുതി: ‘‘മനുഷ്യൻ പ്രകാശനിർമ്മിതമോ? അവർ ആലങ്കാരികമായി സംസാരിക്കുകയായിരിക്കണം, അക്ഷരാർത്ഥത്തിലായിരിക്കുകയില്ല.’’ എന്നാൽ ഋഷിമാർ ശരിക്കും അക്ഷരാർത്ഥത്തിൽ തന്നെ സംസാരിക്കുകയായിരുന്നു. ഇപ്പോൾ ശാസ്ത്രം പറയുന്നത്, മനുഷ്യൻ പ്രകാശത്താൽ നിർമ്മിതമാണ് എന്നു മാത്രമല്ല, എല്ലാം പ്രകാശത്താൽ നിർമ്മിതമാണ്, എല്ലാം ഇലക്ട്രോണുകളാൽ, വൈദ്യുതിയാൽ നിർമ്മിതമാണ് എന്നാണ്.

ശാസ്ത്രം ഈ ധാരണയിൽ എത്തിച്ചേർന്നിട്ടുള്ളത് ദീർഘദീർഘമായ ഒരു വഴിയിലൂടെയാണ്. വസ്തുനിഷ്ഠതയുടെ മാർഗ്ഗം വളരെ നീണ്ടതാണ്. ആത്മനിഷ്ഠതയുടെ മാർഗ്ഗമാകട്ടെ വളരെ ഹ്രസ്വവും, സാധ്യമായതിൽ വെച്ച് ഏറ്റവും ദൈർഘ്യം കുറഞ്ഞത്, കാരണം നിങ്ങൾ ആന്തരികതയിലേക്ക് നോക്കുകയേ വേണ്ടൂ. മറ്റൊന്നും ആവശ്യമില്ല: ഒരു പരീക്ഷണശാലയും ഒരു ഉപകരണവും ആധുനിക പരിഷ്കൃത യന്ത്രങ്ങളും ഒന്നും ആവശ്യമില്ല- കേവലം കണ്ണുകളടയ്ക്കുകയും ഉള്ളിലേക്ക് നോക്കുകയും ചെയ്യുന്നതിന്റെ

കല മാത്രം. അതാണ് ധ്യാനം എന്നത്: ഉള്ളിലേക്ക് നോക്കലിന്റെ കല. ചിന്തകൾ അപ്രത്യക്ഷമാവുകയും മനസ്സ് അങ്ങേയറ്റം ശാന്തവും നിശ്ശബ്ദവുമാവുകയും ചെയ്യുന്ന നിമിഷം, ആ ആന്തരിക പ്രകാശം ദൃശ്യമാകുന്നു. അതൊരു വെളിപാടാകുന്നു.

ഒരിക്കൽ നിങ്ങൾ നിങ്ങളുടെ പ്രകാശം കണ്ടു കഴിഞ്ഞാൽ പിന്നെ നിങ്ങൾ അത്ഭുതപ്പെടും: ഇപ്പോഴത് നിങ്ങൾക്ക് എല്ലാവരിലും കാണാം. അപ്പോൾ ഈ അസ്തിത്വമാകെ പ്രകാശത്തിന്റെ ഒരു മഹാസമുദ്രമല്ലാതെ മറ്റൊന്നുമല്ല. അത് ദ്രവ്യമല്ല, പരിശുദ്ധമായ ഊർജ്ജമാകുന്നു.

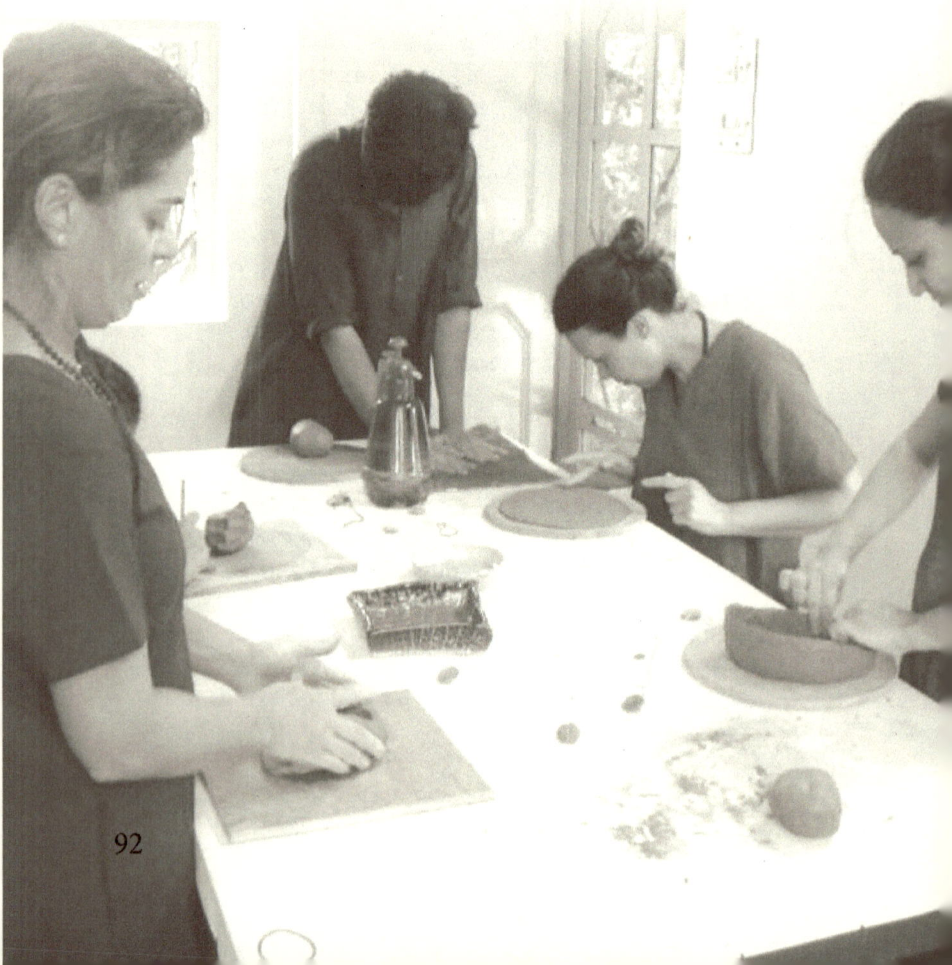

പ്രഭാതമനനം

ഒരുവന് ഒരു സംഗീതമായിത്തീരുവാൻ കഴിയുന്നില്ലെങ്കിൽ ജീവിതം പൊള്ളയായി, അർത്ഥശൂന്യമായി നിലനിൽക്കും. ആളുകളാകട്ടെ സംഗീതമൊഴികെ മറ്റെല്ലാമായിത്തീരുവാൻ ശ്രമിച്ചുകൊണ്ടിരിക്കുന്നു. അവർക്ക് പണക്കാരനാകണം, പ്രശസ്തനാകണം, അധികാരസ്ഥനാകണം. എന്നാൽ പണക്കാരനാകുന്നതിൽ, രാഷ്ട്രീയമായി ശക്തനാവുന്നതിൽ, പ്രശസ്തനായിത്തീരുന്നതിൽ ജീവിതത്തെ ആഹ്ലാദപൂർണമാക്കുവാൻ കഴിയുന്ന എല്ലാ ഗുണവിശേഷങ്ങളും അവർക്ക് നഷ്ടമാകുന്നു. അവർക്ക് എല്ലാ പ്രസന്നതയും നഷ്ടമാകുന്നു, അവർ ഗൗരവക്കാരായിത്തീരുന്നു. ഗൗരവക്കാരാകാതിരിക്കുവാൻ അവർക്ക് കഴിയുന്നില്ല, എന്തുകൊണ്ടെന്നാൽ അവർ എന്ത് നേടുവാനാണോ ശ്രമിച്ചുകൊണ്ടിരിക്കുന്നത്, ആ കാര്യങ്ങളെല്ലാം അഹംബോധസഞ്ചാരങ്ങളാണ്, മാത്സര്യപരമാണ്. അഹംബോധം അതീവഗൗരവമുള്ള ഒന്നാണ്.

അഹംബോധം ഒരിക്കലും ഒരു കാര്യത്തെയും തമാശയായി എടുക്കാറില്ല, അത് വളരെ ഗൗരവപ്രകൃതിയാണ്. അതിനാൽ അഹംബോധികൾക്ക് സന്ന്യാസിമാരായിത്തീരുവാനുള്ള ഒരു പ്രവണതയുണ്ട്. കാരണം ഗൗരവം ഒട്ടും നഷ്ടപ്പെടുത്താതെ തന്നെ അധികാരസ്ഥനാകുവാൻ, ബഹുമാനിതനാകുവാൻ, പ്രശസ്തനാകുവാനുള്ള ഏറ്റവും എളുപ്പമായ വഴി അതാണെന്ന് തോന്നുന്നു. നിങ്ങൾ വലിയ വലിയ സന്ന്യാസിയായിത്തീരുന്നതിനനുസരിച്ച് വാസ്തവത്തിൽ നിങ്ങൾക്ക് കൂടുതൽ കൂടുതൽ ഗൗരവക്കാരനാകുവാൻ സാധിക്കും. എന്നാൽ അതോടെ നിങ്ങൾ കൂടുതൽ കൂടുതൽ മൃതനായിത്തീരുകയും ചെയ്യും.

ഒരു മരിച്ച മനുഷ്യൻ ചിരിച്ചുകൊണ്ടിരിക്കുന്നത് നിങ്ങളെപ്പോഴെങ്കിലും കണ്ടിട്ടുണ്ടോ? മൃതന്മാർ വളരെ ഗൗരവക്കാരാണ്, അങ്ങനെയാകാതെ തരമില്ല! അവർക്ക് ചിരിക്കാനാവില്ല. എന്നാൽ ജീവനോടെയിരിക്കുമ്പോൾ ചിരി നിലച്ച ആളുകൾ... അവർ മൃതന്മാരാകുവാൻ തുടങ്ങുന്നു.

ആഹ്ലാദിക്കുവിൻ, നിങ്ങൾക്ക് കഴിയുന്നത്രയും ആഹ്ലാദിക്കുവിൻ. കഴിയുന്നത്രയും കൂടുതൽ കൂടുതൽ സജീവനായിത്തീരുവിൻ. എന്നെ സംബന്ധിച്ച്, മതാത്മകനായിരിക്കുക എന്നു വെച്ചാൽ ജൈവോർജ്ജത്താൽ നിറഞ്ഞു കവിഞ്ഞൊഴുകുന്നവനായി വർത്തിക്കുക എന്നാണർത്ഥം. നിങ്ങളുടെ ജീവിതം മറ്റുള്ളവരുമായി പങ്കുവെക്കുവാൻ തക്കവിധത്തിൽ അത്രകണ്ട് സമ്പന്നമായി നിറഞ്ഞൊഴുകുക, മൃതരായ അല്പം ചില ആളുകളെക്കൂടി അങ്ങനെ നിങ്ങൾക്ക് സജീവരാക്കുവാൻ കഴിയത്തക്കവണ്ണം നിറഞ്ഞൊഴുകുക- മൃതരായവരാണെങ്കിൽ ധാരാളമുണ്ടുതാനും: സകല പ്രേമവും നഷ്ടമായിട്ടുള്ളവർ, സകല പൊട്ടിച്ചിരിയും നഷ്ടമായിട്ടുള്ളവർ.

പ്രദോഷമനനം

നൂറ്റാണ്ടുകളായി, ദൈവം പ്രകാശമായിട്ടാണ് കരുതപ്പെട്ടു പോരുന്നത്. അത് അന്ധകാരത്തെക്കുറിച്ചുള്ള നമ്മുടെ ഭയം മൂലമാണ്. അല്ലാതെ ദൈവം പ്രകാശം മാത്രമായതുകൊണ്ടല്ല. ദൈവം എത്രകണ്ട് പ്രകാശമാണോ അത്രതന്നെ അന്ധകാരവുമാണ്. ദൈവത്തിന് രണ്ടുമായിരിക്കേണ്ടതുണ്ട്; അല്ലാത്ത പക്ഷം അന്ധകാരം നിലനിൽക്കുകയേയില്ല. ദൈവം ഏറ്റവും നിമ്നവും ഏറ്റവും ഉന്നതവുമായിരിക്കണം: പദാർത്ഥവും മനസ്സും. ദൈവം സമ്പൂർണ്ണമായിരിക്കേണ്ടതുണ്ട്, സമ്പൂർണ്ണതയിൽ ധ്രുവ വൈപരീത്യങ്ങൾ ഉൾക്കൊള്ളുന്നുണ്ട്.

ദൈവത്തിന് പ്രകാശം മാത്രമായിരിക്കുവാൻ സാധ്യമല്ല. ഇരുട്ടിനെക്കുറിച്ചുള്ള നമ്മുടെ ഭയം മൂലമാണ് നാമൊരിക്കലും ദൈവത്തെ ഇരുട്ടായി ചിന്തിക്കാതിരുന്നത്. ഭയത്തിലൂടെ ദൈവത്തെ സമീപിക്കുന്നത് ശരിയുമല്ല. ദൈവത്തെ ഭയരഹിതമായി, അഗാധമായ പ്രേമത്തിൽ സമീപിക്കേണ്ടതുണ്ട്. ഭയത്തോടുകൂടിയാണ് നിങ്ങൾ നോക്കുന്നതെങ്കിൽ നിങ്ങളുടെ ഭയത്തെ നിങ്ങൾ പ്രക്ഷേപിക്കും. ഇല്ലാത്ത കാര്യങ്ങൾ നിങ്ങൾ കാണും. ഉള്ള കാര്യങ്ങൾ കാണുകയുമില്ല. ഭയാലുവല്ലാതിരിക്കുമ്പോൾ തികഞ്ഞ വ്യക്തതയോടെ നിങ്ങൾ കാര്യങ്ങൾ നോക്കിക്കാണും. ഭയം നിങ്ങളെ ചൂഴ്ന്ന് നില്ക്കുന്ന പുകപോലെയാണ്, കാർമേഘം പോലെയാണ്. ദൈവത്തെ വ്യക്തതയോടുകൂടി മാത്രമേ കാണുവാൻ കഴിയുകയുള്ളു- സംശുദ്ധമായ വ്യക്തതയോടെ, നിബന്ധനയൊന്നുമില്ലാത്ത വ്യക്തതയോടെ, വ്യക്തതയോടെ മാത്രം. അപ്പോൾ ദൈവം രണ്ടുമാകുന്നു. എത്രമാത്രം വെളിച്ചമാകുന്നോ അത്രയും ഇരുട്ടുമാകുന്നു. അപ്പോൾ അവൻ വേനലും ശൈത്യവും രണ്ടുമാകുന്നു, ജീവിതവും മരണവുമാകുന്നു. അപ്പോൾ ദ്വന്ദാത്മകത അപ്രത്യക്ഷമാ

വുകയും അതിഗംഭീരമായ ഒരു ഏകത്വം നിങ്ങളുടെ വീക്ഷണത്തിൽ ഉയർന്നുവരികയും ചെയ്യുന്നു.

നമ്മൾ ദ്വൈതത്താൽ ബന്ധിതമായിരിക്കുന്നു. ഏകത്വം കൊണ്ട് മാത്രമേ നമുക്ക് മുക്തരാകുവാൻ കഴിയുകയുമുള്ളു. പ്ലോട്ടിനസ്സ് പറയുന്നതുപോലെ: ''ദൈവത്തിനുവേണ്ടിയുള്ള അന്വേഷണം ഏകാന്തതയിൽ നിന്ന് ഏകാന്തതയിലേക്കുള്ള ഒരു കുതിച്ചോട്ടമാകുന്നു.''

ഇരുട്ടിനെ ദൈവികതയായി നോക്കിക്കാണുവാൻ തുടങ്ങുക. എല്ലാറ്റിനെയും ദൈവികതയായി കാണുവാൻ തുടങ്ങുക. കാരണം നാമത് അറിയുന്നുണ്ടെങ്കിലുമില്ലെങ്കിലും, നാമത് അംഗീകരിച്ചാലുമില്ലെങ്കിലും എല്ലാം ദൈവികത തന്നെയാകുന്നു. നമ്മുടെ അംഗീകാരം അപ്രസക്തമാണ്- അസ്തിത്വം ദൈവികത തന്നെയാകുന്നു. നാമത് അംഗീകരിക്കുകയാണെങ്കിൽ നാം ആഹ്ലാദിക്കുന്നു; നാമത് അംഗീകരിക്കുന്നില്ലെങ്കിൽ, നാം അനാവശ്യമായി പീഡനം അനുഭവിക്കുകയും ചെയ്യുന്നു.

പ്രഭാതമനനം

ദൈവത്തെക്കുറിച്ചുള്ള ആദ്യദർശനം മനുഷ്യന് നൽകിയത് പ്രേമമാണ്. അതിനുശേഷം ആളുകൾക്ക് ആഴത്തിൽ അന്വേഷിക്കുവാനും തേടുവാനുമുള്ള ഒരു ത്വര ഉണ്ടായി. പ്രേമത്തിലൂടെയാണ് അവർ ധ്യാനം കണ്ടുപിടിച്ചത്. പ്രേമം ഒരു നൈസർഗ്ഗികമായ പ്രതിഭാസമാണ്, ധ്യാനം നിർബന്ധപൂർവ്വം ഉണ്ടായ ഒരു ശാസ്ത്രവും. പ്രേമത്തിൽ നിങ്ങൾ നിലകൊള്ളുന്നത് കേവലം കാറ്റിന്റെ കരുണയിലാണ്: ചിലപ്പോൾ അവിടെ ഇടിമിന്നലുണ്ടാകും, ചിലപ്പോഴില്ല. നിങ്ങൾക്ക് അക്കാര്യത്തിൽ ഒന്നും ചെയ്യുവാനും സാധിക്കുകയില്ല.

ധ്യാനം ആ ഇടിമിന്നലിനെ നിയന്ത്രണാധീനമാക്കുന്നു. നിങ്ങൾക്കതിനെ 'ഓൺ' ചെയ്യുവാനും 'ഓഫ്' ചെയ്യുവാനും കഴിയും. അത് വൈദ്യുതിയെ നിങ്ങളെ സേവിക്കുവാൻ പ്രേരിപ്പിക്കുന്നു. വൈദ്യുതി എന്നും നിലനിന്നിരുന്നു. എന്നാൽ അത് നമ്മുടെ നിയന്ത്രണത്തിനപ്പുറമായിരുന്നു. ഇപ്പോൾ ഒരായിരം രീതികളിൽ അതു നമുക്കായി സേവനം ചെയ്യുന്നു.

എന്റെ സന്ദേശം പ്രേമത്തിന്റേതാണ്, കാരണം എനിക്കറിയാം, ആഗോളമായ, ആകർഷകത്വമുള്ള ഒരേയൊരു പ്രതിഭാസം പ്രേമമാണെന്ന്- എന്തുകൊണ്ടെന്നാൽ അത് നൈസർഗ്ഗികമാകുന്നു. നിങ്ങൾക്ക് ക്രിസ്തുമതത്തോടും ഹിന്ദുമതത്തോടും ബുദ്ധമതത്തോടും വാദപ്രതിവാദങ്ങൾ നടത്തുവാൻ കഴിഞ്ഞേക്കാം, എന്നാൽ നിങ്ങൾക്ക് പ്രേമത്തിനെതിരായി വാദിക്കുവാൻ സാധ്യമല്ല.

ഒരിക്കൽ പ്രേമം നിങ്ങൾക്ക് അനുഭവപ്പെട്ടുകഴി

ഞ്ഞാൽ പിന്നെ ധ്യാനം അതിന്റെ സ്വന്തം വകയായി തന്നെ ആരംഭിച്ചുകൊള്ളും. അപ്പോൾ നിങ്ങളെ ധ്യാനത്തിലേക്ക് വളരെ എളുപ്പത്തിൽ തള്ളിവിടുവാൻ സാധിക്കും. വാസ്തവത്തിൽ നിങ്ങൾ അപ്പോഴേക്കും തള്ളിവിടപ്പെട്ടുകഴിഞ്ഞിരിക്കും, പ്രേമം എല്ലാവരെയും ധ്യാനത്തിലേക്ക് വശീകരിച്ചു കൊണ്ടുപോകുന്നു. പ്രേമത്തിന് നിങ്ങളെ ധ്യാനത്തിലേക്ക് വശീകരിക്കുവാൻ കഴിയുകയില്ലെങ്കിൽ, മറ്റൊന്നിനും അത് സാധിക്കുകയില്ല. അത് മാത്രമാണ് ഒരേയൊരു പ്രതീക്ഷ, ഒരേയൊരു വാഗ്ദാനം. എന്നാൽ അത് എപ്പോഴും വിജയിക്കുന്നു, അതൊരിക്കലും പരാജയപ്പെട്ടിട്ടില്ല. പരാജയപ്പെടുവാൻ സാധിക്കുകയില്ല. പ്രേമത്തിന്റെ അഗാധമായ ഒരു അനുഭവത്തിനുശേഷം, ധ്യാനം അനുഗമിക്കുമെന്നുള്ളത് ഒരു അനിവാര്യതയാണ്. ധ്യാനം ദൈവത്തിന്റെ മന്ദിരത്തിലേക്കുള്ള കവാടം തുറക്കുകയും ചെയ്യുന്നു.

പ്രദോഷമനനം

മനുഷ്യൻ പുറംകാഴ്ചയിൽ വളരെ പരിമിതനാണ്, വളരെ ചെറുത്, വെറുമൊരു മഞ്ഞുതുള്ളി പോലെ. എന്നാൽ എല്ലാ സമുദ്രങ്ങളെയും അവൻ തന്റെ ഉള്ളിൽ ഉൾക്കൊള്ളുന്നുണ്ട്. എല്ലാ ആകാശങ്ങളെയും അവൻ തന്റെ ഉള്ളിൽ ഉൾക്കൊള്ളുന്നുണ്ട്. പുറത്തുനിന്നു കൊണ്ട് നോക്കുമ്പോൾ അവൻ വളരെ ചെറുതാണ്. തീരെ ചെറുത്; വെറും പൊടിപടലം, അതിൽ കൂടുതൽ ഒന്നുമല്ല- പൊടിയിലും പൊടി. എന്നാൽ നിങ്ങൾ അകത്തുനിന്നുകൊണ്ട് നോക്കുകയാണെങ്കിൽ, അവന്റെ കേന്ദ്രത്തിൽ നിന്നുകൊണ്ട് നോക്കുകയാണെങ്കിൽ, അവൻ ഈ മുഴുവൻ പ്രപഞ്ചവുമാകുന്നു.

അതാണ് ശാസ്ത്രവും മതവും തമ്മിലുള്ള അന്തരം. ശാസ്ത്രം ബാഹ്യതയിൽ നിന്നുകൊണ്ടാണ് മനുഷ്യനെ നോക്കുന്നത്. അപ്പോഴത് ആദ്ധ്യാത്മികമായി യാതൊന്നും കാണുന്നില്ല. ദൈവികമായി യാതൊന്നും കാണുന്നില്ല. കേവലം ശരീരശാസ്ത്രം മാത്രം. രസതന്ത്രം, ജന്തുശാസ്ത്രം മാത്രം- കേവലം മറ്റൊരുതരം ജീവി.

അതിനാൽ ശാസ്ത്രജ്ഞന്മാർ മനുഷ്യനെക്കുറിച്ച് മനസ്സിലാക്കുന്നതിനുവേണ്ടി ജന്തുക്കളെക്കുറിച്ച് പഠിച്ചുകൊണ്ടിരിക്കുന്നു. മറ്റു ജന്തുക്കൾ വളരെ ലളിതമാണ്. അവയെ വേഗത്തിൽ മനസ്സിലാക്കാം. ശാസ്ത്രജ്ഞന്മാർ എലികളിൽ ഗവേഷണം നടത്തിക്കൊണ്ടിരിക്കുന്നു. അതിൽ നിന്ന് അവരെത്തുന്ന നിഗമനങ്ങൾ മനുഷ്യർക്കും ബാധകമാണെന്ന് അവർ ശഠിച്ചുകൊണ്ടിരിക്കുന്നു. തീർച്ചയായും കുറച്ചുകൂടി സങ്കീർണമെങ്കിലും അടിസ്ഥാനപരമായി ഒന്നാണെന്ന്. ശാസ്ത്രം മനുഷ്യരെ എലികളാക്കി സങ്കോചിപ്പിച്ചുകളഞ്ഞിരിക്കുന്നു. ഇപ്പോൾ എലികളെയോ പട്ടികളെയോ പഠിച്ചുകൊണ്ടല്ലാതെ മനുഷ്യനെ മനസ്സിലാക്കുവാൻ

സാധിക്കുകയില്ല എന്നായിരിക്കുന്നു.

ബുദ്ധന്മാരെയും ക്രിസ്തുമാരെയും കൃഷ്ണന്മാരെയും കുറിച്ച് മനസ്സിലാക്കിക്കൊണ്ട് മാത്രമായിരിക്കണം മനുഷ്യനെക്കുറിച്ച് മനസ്സിലാക്കേണ്ടത്. ഇത് എപ്പോഴും ഓർത്തിരിക്കേണ്ട പ്രാഥമികകാര്യങ്ങളിൽ ഒന്നാണ്. നിമ്നത്തെ മനസ്സിലാക്കുന്നതിലൂടെ ഉന്നതത്തെ മനസ്സിലാക്കാനാവില്ല. എന്നാൽ കൂടുതൽ ഉയർന്നതിനെ മനസ്സിലാക്കുന്നതിലൂടെ നിങ്ങൾക്ക് താഴ്ന്നതിനെ മനസ്സിലാക്കാൻ കഴിയും. ഉന്നതം താഴ്ന്നതിനെ ഉൾക്കൊള്ളുന്നു. എന്നാൽ താഴ്ന്നത് ഉന്നതത്തെ ഉൾക്കൊള്ളുന്നില്ല.

മനുഷ്യനെ മനസ്സിലാക്കുന്നതിനുള്ള ഏക മാർഗ്ഗം പുറമെ നിന്നുകൊണ്ടുള്ളതല്ല, നിരീക്ഷണത്തിലൂടെയല്ല. മറിച്ച് ധ്യാനത്തിലൂടെയാണ്. ഒരുവൻ തന്റെ ആന്തരികത്വത്തിലേക്ക് പ്രവേശിക്കേണ്ടതുണ്ട്, അവന്റെ സ്വന്തം ആത്മനിഷ്ഠതയിലേക്ക്. അവിടെ നിന്നുകൊണ്ട് ഒരുവൻ ഏറ്റവും വലിയ വിസ്മയവും ഏറ്റവും മഹത്തായ ആദരവും അറിയാനിടയാകുന്നു- ആ മനുഷ്യൻ ദൈവം തന്നെയാകുന്നു.

പ്രഭാതമനനം

സ്വാഭാവികമായിത്തന്നെ പ്രേമനിർഭരനായിരിക്കൽ, നൈസർഗ്ഗികമായി പ്രേമപൂർണ്ണനായിരിക്കൽ, അതു തന്നെയാണ് മതാത്മകനായിരിക്കൽ. മതത്തിന് യേശുവിനെയോ ബുദ്ധനെയോ കൃഷ്ണനെയോ ആരാധിക്കുന്നതുമായി ബന്ധമൊന്നുമില്ല. അതിന് ചില മന്ത്രങ്ങൾ ഉച്ചരിക്കുന്നതുമായും ഒരു ബന്ധവുമില്ല. അമ്പലങ്ങളിലും പള്ളികളിലും നടന്നുവരുന്ന പലപല തരത്തിലുള്ള അനുഷ്ഠാനങ്ങളുമായി അതിന് ബന്ധമൊന്നുമില്ല. ഈ അസംബന്ധങ്ങളുമായിട്ടൊന്നും അതിന് യാതൊരു ബന്ധവുമില്ല. യഥാർത്ഥ മതമെന്നത് കേവലം സ്വാഭാവികമായ സ്നേഹമാകുന്നു- സമൂഹം മുഴുവനും അതിനെതിരുമായിരിക്കുന്നു.

ഒരു കാര്യം ഓർമ്മിക്കുക: പ്രേമത്തിന്റെ നൈസർഗ്ഗികത വീണ്ടെടുക്കാത്തപക്ഷം ജീവിതം വെറുമൊരു പാഴ്‌വേല തന്നെയായിരിക്കും. ജനങ്ങൾ മഹത്തായ സാധ്യതാശേഷിയോടുകൂടിയാണ് ജനിക്കുന്നത്. എന്നാൽ അവർ യാചകരെപ്പോലെ മരിക്കുന്നു; ആ സാധ്യതയത്രയും നിറവേറപ്പെടാതെ, സാക്ഷാത്കരിക്കപ്പെടാതെ പോകുന്നു.

പ്രേമമാണ് ദൈവരാജ്യത്തിലേക്കുള്ള കവാടം- എന്നാൽ അത് സഹജമായ സ്നേഹമാകുന്നു. സ്വാഭാവികമായ സ്നേഹം; മറ്റുള്ളവരാൽ അടിച്ചേൽപ്പിക്കപ്പെടുന്ന ഒരു സ്നേഹമല്ല അത്. മറിച്ച് കാരണമൊന്നും കൂടാതെ തന്നെ നിങ്ങളുടെ ഉള്ളിൽ നിന്ന് ഉയർന്നു വരുന്നതാണത്. പ്രേമത്തിന് വേണ്ടിയുള്ള പ്രേമം; അപ്പോൾ പ്രേമത്തിന് അത്രയും സൗന്ദര്യമുണ്ട്, അത്രയും അഴകുണ്ട്. അളക്കാനാവാത്തത്ര ആഴവും ഹിമവൽശൃംഗങ്ങളോടുപോലും താരതമ്യപ്പെടുത്താനാവാത്ത അത്ര ഔന്നത്യവും അതിനുണ്ട്.

പ്രദോഷമനനം

ശാസ്ത്രം മനുഷ്യരോട് പറഞ്ഞുകൊണ്ടേയിരിക്കുന്നു: ''നിങ്ങൾ വെറും ജന്തുക്കളാണ്, മറ്റൊന്നുമല്ല, മനുഷ്യജീവികൾ എന്നത് ഒരുതരം ജീവിവർഗ്ഗം മാത്രമാണ്.'' മുന്നൂറു വർഷങ്ങളായി അവർ ഈ ആശയം പ്രചരിപ്പിച്ചു കൊണ്ടേയിരിക്കുന്നു. അത് നമ്മുടെ മജ്ജയിലും മാംസത്തിലും രക്തത്തിലും തുളഞ്ഞു കയറിയിരിക്കുന്നു.

നാം ജന്തുക്കളല്ല. വാസ്തവത്തിൽ, മൃഗങ്ങൾ തന്നെ ജന്തുക്കളല്ല. നമ്മൾ ദൈവികതയാണ്. മൃഗങ്ങളും അതെ. മനുഷ്യൻ ദൈവികതയാണ്, പ്രപഞ്ചം ദൈവികതയാകുന്നു എന്നുള്ള ഈ ദർശനത്തിലാണ് മതം വേരുറച്ച് നിൽക്കുന്നത്. ശാസ്ത്രം എല്ലാറ്റിനെയും ഏറ്റവും നിമ്നമായ പൊതുച്ഛേദത്തിലേക്ക് തരംതാഴ്ത്തുന്നു. നിങ്ങൾ ഒരു ശാസ്ത്രജ്ഞന്റെ മുന്നിലേക്ക് ഒരു താമരപ്പൂ കൊണ്ടുവരികയാണെങ്കിൽ അയാൾ പറയും, അത് വെറും ചെളിയല്ലാതെ മറ്റൊന്നുമല്ല. കാരണം അത് ചെളിയിൽ നിന്ന് വരുന്നു, ചെളിയിൽ വളരുകയും ചെയ്യുന്നു. എന്നാൽ ഒരു ഋഷിയുടെ മുന്നിലേക്ക് ചെളികൊണ്ടുവരികയാണെങ്കിൽ അദ്ദേഹം പറയും, ''വ്യാകുലപ്പെടേണ്ട-ആയിരക്കണക്കിന് താമരപ്പൂക്കൾ ഇതിൽ മറഞ്ഞിരിപ്പുണ്ട്, കാരണം താമരകൾ വളരുന്നത് ചെളിയിലാണ്'' എന്ന്.

മതം ഏറ്റവും ഉന്നതമായ ദശയിൽ നിന്നുകൊണ്ടാണ് കാര്യങ്ങളെ നോക്കിക്കാണുന്നത്. അത് ആ ഉന്നതമായ ദശയെ നിർണ്ണായകഘടകമാക്കുകയും ചെയ്യുന്നു. ശാസ്ത്രം ഏറ്റവും നിമ്നത്തിലേക്ക് നോക്കുകയും ആ നിമ്നത്തെ നിർണ്ണായകഘടകമാക്കുകയും ചെയ്യുന്നു. ഈ നിമിഷം മുതൽ നിങ്ങളുടെ വീക്ഷണം ഇതായിരിക്കട്ടെ: നിങ്ങൾ ദൈവികതയാകുന്നു, മുഴു

വൻ പ്രപഞ്ചവും അതുതന്നെ. ആ വീക്ഷണത്തോടു കൂടി മുകളിലേക്ക് നീങ്ങുവാൻ എളുപ്പമാണ്. കാരണം മേല്പ്പോട്ട് എന്നൊന്നില്ലെങ്കിൽ കൂടുതൽ ഉന്നതമായതിന് യാതൊരു സാധ്യതയുമില്ല. അപ്പോൾ ഒരുവൻ സ്വയം പരിവർത്തനത്തെക്കുറിച്ച് എല്ലാം മറക്കുന്നു. ഒരു സാധ്യതയുണ്ടെങ്കിൽ ഒരുവൻ അതിനുവേണ്ടി തപ്പിത്തെരയുവാൻ തുടങ്ങും. ആ സാധ്യത അവിടെയുണ്ട്. ബുദ്ധന്മാർ അതിനുള്ള തെളിവാണ്, അതിന് വേണ്ടുന്ന നിദർശനമാണ്.

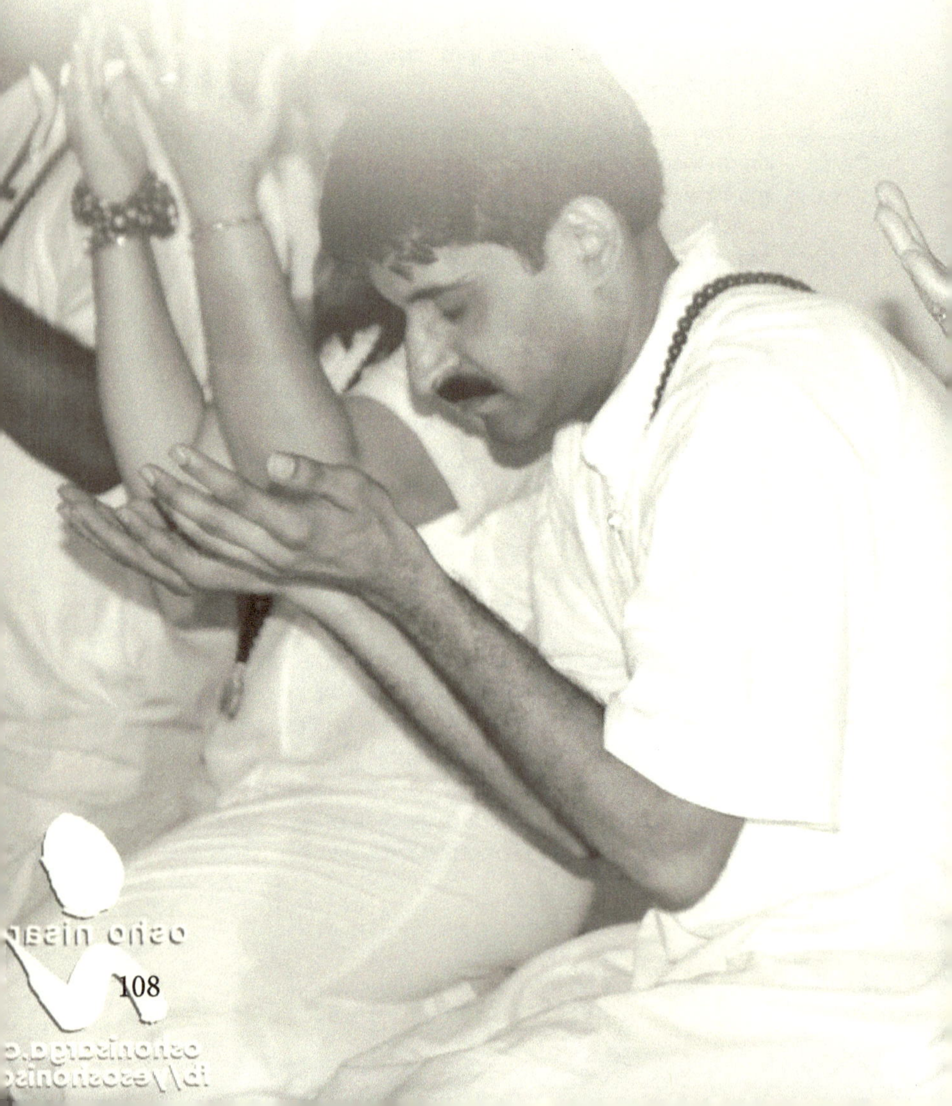

പ്രഭാതമനനം

പ്രേമത്തിന് അറിയുവാനുള്ള അതിന്റേതായ രീതി ഉണ്ട്. അത് മനസ്സിന്റെ രീതികളിൽ നിന്ന് തികച്ചും വ്യത്യസ്തമാണ്. ഉദാഹരണത്തിന് നിങ്ങൾ മനസ്സിലൂടെ ഒരു റോസാപ്പൂവിനെ അറിയുവാൻ ശ്രമിക്കുകയാണങ്കിൽ നിങ്ങൾക്കതിനെ കീറിമുറിക്കേണ്ടിവരും, ആ കീറി മുറിക്കലിലൂടെ നിങ്ങളതിന്റെ സൗന്ദര്യം നശിപ്പിക്കുകയും ചെയ്യും. നിങ്ങൾ അതിന്റെ രസതന്ത്രത്തെക്കുറിച്ചറിയും. എന്നാൽ അതിന്റെ കവിത- അതായിരുന്നു യഥാർത്ഥമായ കാര്യം- അത് നിങ്ങൾക്ക് നഷ്ടമാകും. അതിന്റെ അന്തഃസത്തയെ നിങ്ങൾ കൊല്ലും. നിങ്ങൾക്കതിന്റെ ശവശരീരം മാത്രമേ കൈവശമുണ്ടാകൂ. അതുകൊണ്ട് ഒരു റോസാപ്പൂവിനെ അറിയുവാനുള്ള ശരിയായ മാർഗ്ഗം അതല്ല.

ശരിയായ രീതി കവിയുടെ രീതിയാണ്. കമിതാവിന്റെ രീതി, ഗായകന്റെ രീതി, നർത്തകന്റെ രീതി. നിങ്ങൾ ഒരു ഗായകനാണെങ്കിൽ നിങ്ങൾ ഒരു പാട്ടു പാടും. കാറ്റിൽ നൃത്തമാടുന്ന ആ പൂവിനോടൊപ്പം നിങ്ങളൊരു സ്വരച്ചേർച്ചയിലെത്തും. നിങ്ങൾ ആ പുഷ്പത്തിനരികെ നിശ്ശബ്ദനായിരിക്കുകയും അതിന്റെ സംഗീതത്തെ ശ്രവിക്കുവാൻ ശ്രമിക്കുകയും ചെയ്യും.

അതെ, അതിനുചുറ്റും സംഗീതമുണ്ട്. അത് വളരെ നിശ്ശബ്ദമാണ്. എങ്കിലും സംഗീതം അവിടെയുണ്ട്. അവിടെ കവിതയുണ്ട്, അതൊരു പുസ്തകത്തിലെഴുതപ്പെട്ടിട്ടില്ല. എങ്കിലും ആ പൂവിന്റെ സത്ത തന്നെ, അതിന്റെ നിമന്ത്രണം, അതിന്റെ നർത്തനം, സൂര്യരശ്മികളോടൊത്തുള്ള അതിന്റെ ലീല, അതെല്ലാം കവിതയാണ്, മഹത്തായ കവിത. നിങ്ങൾക്ക് ആ പൂവിനെ സ്നേഹിക്കുവാൻ കഴിയുമെങ്കിൽ ആ

കവിത, ആ സംഗീതം, ആ പൂവിന്റെ ആത്മാവായിരിക്കുന്ന ആ നൃത്തം മനസ്സിലാക്കുവാൻ കഴിയും. തീർച്ചയായും അതിന്റെ രസതന്ത്രം നിങ്ങൾ അറിയുകയില്ല, എന്നാൽ അതിന്റെ ആത്മാവിനെ നിങ്ങൾ അറിയും.

അസ്തിത്വം പ്രേമത്തിലൂടെ അറിയപ്പെടണം. അപ്പോൾ ദൈവത്തെ അറിയുന്നു. ദൈവമെന്നാൽ പ്രേമത്തിലൂടെ സമീപിക്കപ്പെടുന്ന അസ്തിത്വം തന്നെയാകുന്നു.

പ്രദോഷമനനം

എല്ലാവരും ദൈവമാണ്. ആർക്കും മറ്റൊന്നുമാകാനാവില്ല. കാരണം ദൈവം മാത്രമേ നിലവിലുള്ളു. ദൈവം അസ്തിത്വത്തിന്റെ പര്യായമാകുന്നു. നിലനിൽക്കുക എന്നുവെച്ചാൽ ദൈവമായിരിക്കുക എന്നാണർത്ഥം. എന്നാൽ നാമതോർക്കുന്നില്ല, നമ്മളതിനെക്കുറിച്ച് തീർത്തും വിസ്മൃതാവസ്ഥയിലാണ്. അതുകൊണ്ട് ചോദ്യം എങ്ങനെ ദൈവികത്വം നേടാം എന്നുള്ളതല്ല, ചോദ്യം എങ്ങനെ അത് ഓർക്കാം എന്നുള്ളതാണ്. അതൊരു വിസ്മരിക്കപ്പെട്ട ഭാഷയാണ്. ഇവിടെ എന്റെ ശ്രമം നേരത്തെതന്നെ അവിടെ ഉണ്ടായിരുന്ന ചിലതിനെക്കുറിച്ച് നിങ്ങളെ ഓർക്കുവാൻ സഹായിക്കുകയാണ്. യാതൊന്നും നേടേണ്ടതായില്ല. നിങ്ങൾ നിങ്ങളെത്തന്നെ കണ്ടെത്തുകയേ വേണ്ടൂ, നിങ്ങളാരെന്ന് കണ്ടെത്തുകയേ വേണ്ടൂ. നിങ്ങൾ ദൈവമാണെന്ന് നിങ്ങൾ കണ്ടെത്തുകയും ചെയ്യും.

നിങ്ങൾ ദൈവമാണെന്ന് കണ്ടെത്തുന്ന നിമിഷം അസ്തിത്വം മുഴുവനും ദൈവികതയായിത്തീരുന്നു. അപ്പോൾ എല്ലാവരും ഓരോ ദൈവമാകുന്നു. അസ്തിത്വം മുഴുവനും ദൈവികതയായി നിങ്ങൾക്കു കാണപ്പെടുമ്പോൾ അതൊരു അതിഗംഭീരമായ ആഹ്ലാദമാണ്. നിങ്ങൾ ദൈവങ്ങളാൽ ചുറ്റപ്പെട്ടിരിക്കുന്നു. സ്വാഭാവികമായും നിങ്ങളുടെ ഹൃദയത്തിൽ അതിയായ ആഹ്ലാദം ഉയർന്നുവരുന്നു.

25

പ്രഭാതമനനം

സംഗീതം പരിശുദ്ധമാകുന്നത് ഉപകരണങ്ങൾ പോലും ആവശ്യമില്ലാതായിത്തീരുമ്പോഴാണ്. ഇതു മൂലമാണ്, എനിക്ക് തോന്നുന്നത് ഇന്ത്യയിലെ പുരാണങ്ങൾക്ക് മറ്റേത് പുരാണങ്ങളേക്കാളും കൂടുതൽ ഉൾക്കാഴ്ചയുണ്ടെന്ന്.

ഇന്ത്യൻ പുരാണം പറയുന്നു, ദേവന്മാരുടെ സംഗീതജ്ഞർക്ക് ഉപകരണങ്ങളൊന്നും ആവശ്യമില്ല. അവർ ഗാനങ്ങൾപോലും ആലപിക്കുന്നില്ല. അവരുടെ നിശ്ശബ്ദതയാണ് അവരുടെ സംഗീതം. അവരുടെ നിശ്ശബ്ദതയാണ് അവരുടെ പ്രാർത്ഥന. അത് എത്രയോ കൂടുതൽ പ്രസക്തമാണ്, കൂടുതൽ അന്തസ്സുറ്റതാണ് എന്നു തോന്നുന്നു.

നിശ്ശബ്ദത സംഗീതമാണ്, സംശുദ്ധമായ സംഗീതം. സെൻ പറയുന്നു, പരമമായ ബോധപ്രാപ്തി ഒറ്റ കൈയ്യടി നാദം പോലെയാണെന്ന്. രണ്ട് കൈകളാണ് കൈയ്യടിക്കുന്നതെങ്കിൽ അവിടെ ഒരു സംഘട്ടനമുണ്ട്, ഒരു കൂട്ടിയടി. ഒരു കൈ മാത്രമാണ് കൈയ്യടിക്കുന്നതെങ്കിൽ അത് തീർച്ചയായും തികച്ചും നിശ്ശബ്ദമായിരിക്കും. അത് ഒരു ശബ്ദമേ അല്ല. ആ നിശ്ശബ്ദതയാണ് പരമമായ സംഗീതവും.

എന്നെ സംബന്ധിച്ച് പ്രേമമാണ് പരമമായ സംഗീതം. അതിന് അപരന്റെ ആവശ്യം പോലുമില്ല. അപരനെ ആവശ്യമുണ്ടെങ്കിൽ, അപ്പോൾ അത് മൃഗീയമായ സ്നേഹമായിരിക്കും. അഥവാ കൂടിയാൽ മാനുഷികമായ പ്രേമം. എന്നാൽ അപരന്റെ ആവശ്യമേയില്ലാതാകുമ്പോൾ, അപ്പോഴത് ദൈവികമായ പ്രേമമാകുന്നു. അപ്പോഴത് ഒരു ബന്ധത്തിന്റെ

ചോദ്യമല്ല. അത് നിങ്ങൾ പ്രേമിക്കുന്നു എന്നതിന്റെ പ്രശ്നം പോലുമല്ല. നിങ്ങൾ പ്രേമം തന്നെയായിത്തീരുകയാണ്. അപ്പോൾ നിങ്ങളാണ് ആ സംഗീതം, നിങ്ങളാണ് ആ ഗാനം. അതിപ്പോൾ ഒരു ഗുണവിശേഷമല്ല, ഇപ്പോഴത് ഒരു പ്രവൃത്തിയല്ല, ഇപ്പോഴത് നിങ്ങളുടെ സത്ത തന്നെയാണ്.

പ്രേമം നിങ്ങളുടെ സത്തയായിത്തീരുമ്പോൾ ഉള്ളിൽ മഹത്തായ ആഘോഷമുണ്ടാകുന്നു. അവിടെ ശബ്ദമൊന്നുമില്ല, യാതൊരു ഉപകരണവുമില്ല, എന്നാൽ ഒരുവൻ ഒരു സ്വർഗ്ഗീയ സംഗീതം കേൾക്കുന്നു- ആരാലും സൃഷ്ടിക്കപ്പെടാത്ത സംഗീതം.... ആന്തരികത്തോട് സ്വയം ചേർന്നുനില്ക്കുന്നവനായിത്തീരുക മാത്രം ചെയ്യുന്നതുവഴി, പൊടുന്നനെ നിങ്ങൾ എന്തോ ചിലത് കേൾക്കുന്നു. അവാച്യമായ എന്തോ ഒന്നിനാൽ നിങ്ങൾ പൊടുന്നനെ നിറയപ്പെടുന്നു. പ്രേമം അതിനോട് ഏറ്റവും അടുത്തുവരുന്നു. അതുകൊണ്ട് ഓർക്കുക, പ്രേമം നിങ്ങളുടെ ജീവിതത്തിന്റെ സംഗീതമായിത്തീരണം.

പ്രദോഷമനനം

ജന്തുലോകത്തിന്റെയും ദേവലോകത്തിന്റെയും ഇടയിലുള്ള ഒരു പാലമാണ് മനുഷ്യൻ. മനുഷ്യൻ കൃത്യമായും അതിനിടയിലാണ്, അവൻ അത് തമ്മിലുള്ള ഇടവഴിയാണ്; അതിനാൽ മനുഷ്യൻ വാസ്തവത്തിൽ ഒരു സത്തയല്ല. ഒരു സിംഹത്തിന് ഒരു പ്രത്യേക സത്തയുണ്ട്, ഒരു റോസാച്ചെടിക്ക് ഒരു പ്രത്യക സത്തയുണ്ട്. ഒരു പാറയ്ക്ക് പ്രത്യേക സത്തയുണ്ട്. മനുഷ്യന് അതില്ല.

മനുഷ്യൻ ഒരു ആയിത്തീരലാകുന്നു. അവൻ ഒരു പൂർണ്ണമായ സത്തയല്ല. മനുഷ്യൻ ഒരു സത്തയായിത്തീരുന്നത് അവൻ മനുഷ്യത്വത്തെ അതിവർത്തിച്ചു കഴിയുമ്പോഴാണ്: അവൻ ഒരു ബുദ്ധനായിത്തീരുമ്പോൾ, ഒരു ക്രിസ്തുവായിത്തീരുമ്പോൾ. അപ്പോൾ അവൻ ഒരു സത്തയെ സാക്ഷാത്കരിക്കുന്നു. എന്നാൽ അപ്പോഴേക്കും അവൻ ഒരു മനുഷ്യനല്ല. അവൻ ആ പാലം കടന്നുകഴിഞ്ഞിരിക്കുന്നു.

ആ പാലത്തിലൂടെ കടന്നുപോവുക. ഓർക്കുക, ആ പാലത്തിന്മേൽ നിങ്ങളുടെ പുര പണിയരുത്. അത് കടന്നുപോകുവാനുള്ള ഒന്നാണ്. അതിവർത്തിക്കപ്പെടേണ്ടതായ എന്തോ ഒന്ന്. അതു തന്നെയാണ് മനുഷ്യന്റെ സൗന്ദര്യവും. ഒരു പട്ടിക്കും പട്ടിയിലപ്പുറം ഒന്നുമാകാനാവില്ല. ഒരു പാറയ്ക്കും പാറയിലപ്പുറം ഒന്നുമാകാനാവില്ല. അവയ്ക്ക് സ്ഥിരമായൊരു സത്തയുണ്ട്. അവിടെ വളർച്ചക്ക് യാതൊരു സാധ്യതയുമില്ല.

മനുഷ്യൻ മാത്രമാണ് വളരുന്നത്. മനുഷ്യന് മാത്രമാണ് അജ്ഞാതത്തിനുള്ളിലേക്ക് സഞ്ചരിക്കുവാനുള്ള, ആ സാഹസികപര്യവേക്ഷണത്തിനുള്ള സാധ്യതയുള്ളത്. മനുഷ്യന്റെ ഏറ്റവും മഹനീയമായ സൗന്ദര്യം, ഏറ്റവും മഹനീയമായ മഹത്വം ഇതാണ്.

അവന് അവനെത്തന്നെ മറക്കുവാൻ കഴിയും. ഇത സാധ്യമായി തോന്നുന്നു. ശരിയാണ്, നിങ്ങൾ അതിനെക്കുറിച്ച് ചിന്തിക്കുകയാണെങ്കിൽ അതസാധ്യമാണ്. നിങ്ങൾ ആ ചാട്ടം ചാടുകയാണെങ്കിൽ അത് സാധ്യമാണ്. അതിനാൽ അതിനെക്കുറിച്ച് ചിന്തിച്ചുകൊണ്ടേയിരിക്കുന്നവർക്ക്, അത് കൂടുതൽ കൂടുതൽ അസാധ്യമായിത്തീരുന്നു. നിങ്ങൾ എത്രമാത്രം ചിന്തിക്കുന്നുവോ അത്രയും അത് അസാധ്യമായി തോന്നുന്നു. ആ ചാട്ടം ചാടുകയെന്നുള്ളത് ധീരന്മാർക്ക് വേണ്ടിയുള്ളതാണ്. 'എടുത്ത് ചാടുന്നതിന് മുമ്പ് ഇരുതവണ ചിന്തിക്കുക' എന്ന് പറയാറുണ്ട്. എന്നാൽ ഞാൻ പറയുന്നു, "ആദ്യം എടുത്ത് ചാടുക. അതിനു ശേഷം വേണ്ടുവോളം ചിന്തിച്ചുകൊള്ളുക." രണ്ട് തവണയോ മൂന്ന് തവണയോ വേണ്ടുവോളം.... സ്വസ്ഥമായിരുന്ന് തൃപ്തിയാവോളം ചിന്തിച്ചുകൊള്ളുക- പക്ഷെ ആദ്യം ചാട്ടം ചാടുക!

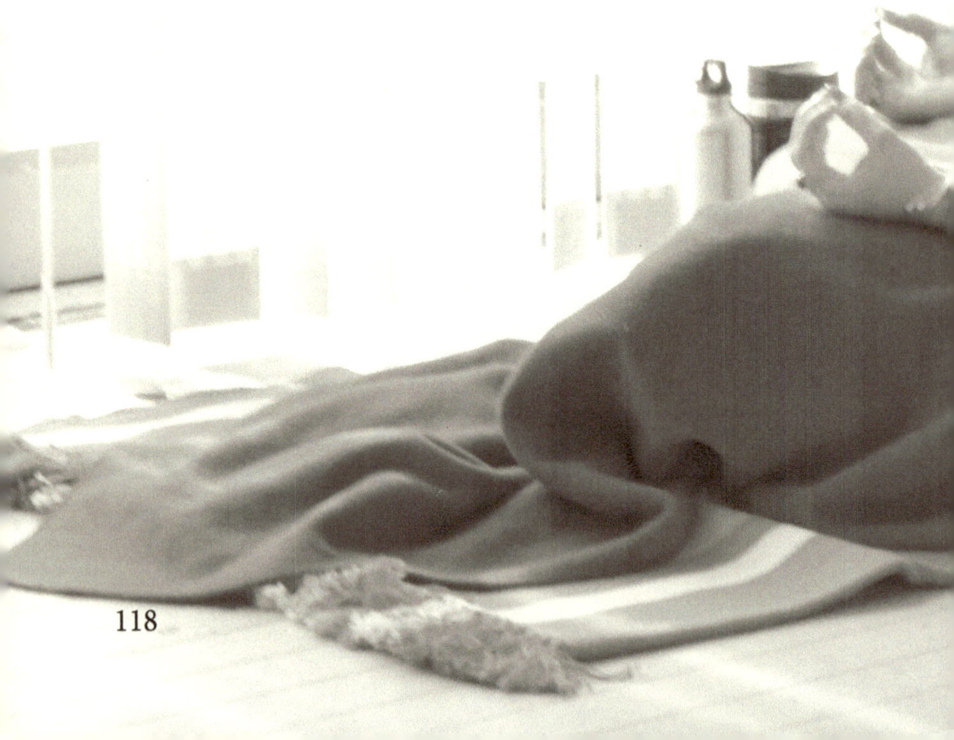

പ്രഭാതമനനം

പ്രേമം സൃഷ്ടിച്ചുവിടുന്ന ചുഴലിയുടെ കേന്ദ്രബിന്ദുവായിരിക്കാൻ നിങ്ങൾക്കു കഴിയുമെങ്കിൽ, അപ്പോൾ നിങ്ങളുടെ ജീവിതം വളരുവാൻ തുടങ്ങും. നിങ്ങളുടെ കേന്ദ്രീകൃതത്വം ഓരോ വെല്ലുവിളിയോടൊപ്പവും ഗാഢമായിത്തീർന്നുകൊണ്ടിരിക്കവെ, നിങ്ങൾ കൂടുതൽ അടിയുറപ്പുള്ളവനായിത്തീർന്നുകൊണ്ടിരിക്കവെ, കൂടുതൽ വേരുറച്ചവനായിത്തീർന്നുകൊണ്ടിരിക്കവെ - ഒന്നിനും നിങ്ങളെ പിഴുതുകളയാനാവില്ല. ഒരു പ്രശ്നത്തിനും നിങ്ങളെ ഛിന്നിക്കുവാനാവില്ല. എല്ലാത്തരം കുഴപ്പങ്ങൾക്കുള്ളിലും നിങ്ങൾ ഉദ്ഗ്രഥിതനായി നിലകൊള്ളും- നിങ്ങൾക്ക് പ്രേമത്തോട് കൃതജ്ഞതയുണ്ടാകും. കാരണം ആ പ്രശ്നങ്ങളിൽ കൂടിയെല്ലാമാണ്, അതിലൂടെ മാത്രമാണ് ഈ ഉദ്ഗ്രഥനം സംഭവിച്ചിരിക്കുന്നത്.

അതിനുശേഷം ഒരുവൻ പ്രേമത്തേക്കാൾ ഉന്നതമായ ഗോപുരത്തിലേക്ക് എത്തിച്ചേരാൻ തുടങ്ങുന്നു- അതാണ് ദൈവകൃപ എന്നു പറയുന്നതിന്റെ അർത്ഥം. നിങ്ങൾ പ്രേമിക്കുകയും പ്രേമത്തിന് നിങ്ങളുടെ ജീവിതത്തിൽ ഒരു പ്രശ്നവും സൃഷ്ടിക്കുവാൻ കഴിയാതിരിക്കുകയും ചെയ്യുകയാണെങ്കിൽ.... അപ്പോൾ അത് ദൈവകൃപയാണ്. അപ്പോൾ അവിടെ അതിമഹത്തായ സൗന്ദര്യമുണ്ട്. അവിടെ ശരീരത്തിന്റെയും മസ്സിന്റെയും ആത്മാവിന്റെയും സൗന്ദര്യമുണ്ടായിരിക്കും, ആ കൃപാപൂർണമായ സ്വരലയത്തിൽ അവയെല്ലാം ഒരുമിച്ചു ചേരുന്നു. എന്നാൽ നിങ്ങൾ പ്രേമത്തെ ഒഴിവാക്കുകയാണെങ്കിൽ അതു സംഭവിക്കുവാൻ ഒരു വഴിയുമില്ല.

ഒരിക്കലെങ്കിലും പ്രേമത്തെയോ അതിന്റേതായ പ്രശ്നങ്ങളെയോ അഭിമുഖീകരിക്കുക, ആ വെല്ലുവിളിയും ബുദ്ധിമുട്ടുകളും സ്വീകരിക്കുക. അതേസമയം ശാന്തനും സ്വസ്ഥനുമായി നിലകൊള്ളുകയും ചെയ്യുക.

പ്രദോഷമനനം

ധ്യാനം നിങ്ങളെ സാമുദ്രികത്തിനു നേരെ നയിക്കുന്നു - ചെറുത്വത്തിൽ നിന്ന് വിശാലത്വത്തിലേക്ക്, പരിമിതമായ മന:ശരീരഘടനയിൽ നിന്ന് അപരിമിതമായ അവബോധത്തിലേക്ക്, നിശ്ചിതത്തിൽ നിന്ന് അനിശ്ചിതത്തിലേക്ക്, കാലത്തിൽ നിന്ന് കാലാതീതത്തിലേക്ക്, ജനിമൃതികളിൽ നിന്ന് നിത്യജീവിതത്തിലേക്ക് നയിക്കുന്നു.

അതിന് ആവശ്യമായിട്ടുള്ള കാര്യം അഹംബോധമെന്ന ആശയം ഉപേക്ഷിക്കൽ മാത്രമാണ്. ധിഷണാശാലിയായ വ്യക്തിക്ക് അത് ചെയ്യുവാൻ പ്രയാസമുള്ള കാര്യമല്ല. ഒരുവൻ എത്രകണ്ട് ധിഷണാശാലിയാണോ അത്രകണ്ട് എളുപ്പത്തിൽ ആ ആശയം ഉപേക്ഷിക്കുവാൻ അവന് കഴിയും. കാരണം അത് തീർത്തും തെറ്റായ ഒരു മനോഭാവമാണെന്ന് അവന് കാണുവാൻ കഴിയും.

നമുക്ക് വ്യതിരിക്തരായിരിക്കുവാൻ കഴിയുകയില്ല- വ്യതിരിക്തതയിൽ ഒരു നിമിഷംപോലും നമുക്ക് നിലനിൽക്കുവാനാവില്ല. ശ്വാസം അകത്തേക്ക് പോകുന്നില്ലെങ്കിൽ നമ്മുടെ കഥ കഴിഞ്ഞതു തന്നെ. നാം നിരന്തരം പരസ്പരം കൈമാറിക്കൊണ്ടിരിക്കുകയാണ്. ശ്വാസോച്ഛ്വാസം എന്നാൽ നമ്മളും സമ്പൂർണതയും തമ്മിലുള്ള പാലം എന്നാണർത്ഥം. ശ്വാസോച്ഛ്വാസം സമ്പൂർണതയുടെ വേരുകൾ പോലെയുള്ള എന്തോ ഒന്നാണ്. ഒരു വൃക്ഷത്തെ മണ്ണിൽ നിന്ന് പിഴുതെടുക്കുക. അത് മരിക്കുവാൻ തുടങ്ങുന്നു.അതിന് അതിന്റെ വേരുകൾ നഷ്ടമാകുന്നു. അവയായിരുന്നു അതിന്റെ പോഷണം. ശ്വാസോച്ഛ്വാസം നിർത്തുക. അതോടെ ഒരുവൻ മരിക്കുന്നു.

ശ്വാസോച്ഛ്വാസം നമ്മൾ സമ്പൂർണ്ണതയിൽ വേരുറച്ച് നിൽക്കുന്നതിന്റെ ഒരു സൂക്ഷ്മമായ രീതിയാണ്. 'ശ്വാസം' എന്ന വാക്കിന്റെ അർത്ഥം ജീവിതമെന്നാണ്. കാരണം ശ്വാസം കൂടാതെ ജീവിതമില്ല. ഒരു മനുഷ്യന് ജീവനുണ്ടോ ഇല്ലയോ എന്നതിന്റെ സൂചന അത് മാത്രമാണ്. ശ്വസിക്കുന്നുണ്ടെങ്കിൽ അവന് ജീവനുണ്ട്. ശ്വസിക്കുന്നില്ലെങ്കിൽ അവൻ മൃതനാണ്. എന്നാൽ ശ്വാസോച്ഛ്വാസം അദൃശ്യമായതിനാൽ നാമത് പരിഗണിക്കാറില്ല. എന്നാൽ നമ്മൾ ഓരോ നിമിഷവും അസ്തിത്വത്തിൽ നിന്ന് അനുസ്യൂതം ചിലത് സ്വീകരിച്ചുകൊണ്ടിരിക്കുകയാണ്.

അതിനാൽ ജീവിതത്തിനുള്ളിലേക്ക് നോക്കുകയാണെങ്കിൽ അഹംബോധമെന്നത് ഒരു മിഥ്യാധാരണയാണെന്ന് വളരെയെളുപ്പത്തിൽ നമുക്ക് കാണുവാൻ കഴിയും. അഹംബോധത്തെ ഉപേക്ഷിക്കുന്ന നിമിഷം എല്ലാ വിഘ്നങ്ങളും നീക്കിമാറ്റപ്പെടുകയാണ്-നിങ്ങൾ ആ സമുദ്രത്തിലേക്ക് പാഞ്ഞെത്തുകയും ആ സമുദ്രവുമായി ഏകീഭവിക്കുകയും ചെയ്യുന്നു. ആ അനുഭൂതിയാണ് ആനന്ദാതിരേകത്തിന്റെ, സ്വാതന്ത്ര്യത്തിന്റെ പരമമായ അനുഭൂതി.

പ്രഭാതമനനം

നിങ്ങളുടെ അദ്വിതീയതയെ ഓർക്കുക. സ്വയം സ്നേഹിക്കുക. സ്വയം ബഹുമാനിക്കുക. സ്വന്തം ശബ്ദത്തെ ബഹുമാനിക്കുക: അത് ശ്രദ്ധിക്കുകയും അതിനെ അനുഗമിക്കുകയും ചെയ്യുക. നിങ്ങളുടെ സ്വന്തം ശബ്ദം കേട്ടുകൊണ്ട് നരകത്തിൽ പോകുന്നതായിരിക്കും മറ്റാരുടെയെങ്കിലും ശബ്ദത്തെ അനുഗമിച്ചുകൊണ്ട് സ്വർഗ്ഗത്തിൽ പോകുന്നതിനേക്കാളും ഭേദം. കാരണം ആ സ്വർഗ്ഗം ഏറെ സ്വർഗ്ഗീയമല്ലെന്ന് തെളിയും. നിങ്ങൾ അന്ധനായ ഒരു അനുയായി മാത്രമായിരിക്കും. തന്നെത്തന്നെ ബഹുമാനിക്കുക. അങ്ങനെ മറ്റുള്ളവരെയും ബഹുമാനിക്കുക. നിങ്ങളെ സ്വയം സ്നേഹിക്കുക. അങ്ങനെ മറ്റുള്ളവരെയുംകൂടി സ്നേഹിക്കുക. നിങ്ങളുടെ മനോഭാവത്തിലുള്ള വെറും ലളിതമായ ഈ മാറ്റത്തിന് സമൂലമായ ഒരു വിപ്ലവം കൊണ്ടുവരാൻ കഴിയും. അതിന് നിങ്ങളുടെ മുഴുവൻ സത്തയെയും മാറ്റിമറിക്കുവാൻ കഴിയും.

പ്രദോഷമനനം

നിങ്ങളെ നിങ്ങളുടെ ഒത്തകേന്ദ്രത്തിലേക്ക് കൊണ്ടുചെന്ന് ഇറക്കുന്നതിനുള്ള കലയാണ് ധ്യാനം. നാം ജീവിക്കുന്നത് പുറംപരിധിയിലാണ്- എങ്ങനെ ഈ പുറംപരിധിയിൽ നിന്ന് കേന്ദ്രത്തിലേക്ക് ചാടി യിറങ്ങാം. അത് സമ്പൂർണ്ണമായൊരു കലയാണ്. ഞാനതിനെ ഒരു ശാസ്ത്രമെന്നതിലേറെ ഒരു കലയെ ന്നു വിളിക്കുവാൻ ഇഷ്ടപ്പെടുന്നു. കാരണം ശാസ്ത്രം കൂടുതൽ ഗണിതാത്മകവും കല കൂടുതൽ സൗന്ദ ര്യാത്മകവുമാണ്, കാവ്യാത്മകമാണ്.

ശാസ്ത്രത്തിൽ അപവാദങ്ങളൊന്നുമില്ല. അത് പ്രാപഞ്ചികമായ നിയമങ്ങളെ അനുസരിക്കുന്നു. കലയിൽ അപവാദങ്ങളുണ്ട്; വാസ്തവത്തിൽ ഓരോ വ്യക്തിയും തന്റെ കേന്ദ്രത്തിലെത്തുന്നത് മറ്റാരിൽ നിന്നും അല്പം വ്യത്യസ്തമായ ഒരു വഴിയിലൂടെ യാണ്. എന്തുകൊണ്ടെന്നാൽ ഓരോ വ്യക്തിക്കും അവന്റെയുള്ളിൽ അദ്വിതീയമായ ചിലതുണ്ട്. അതാ ണ് പ്രപഞ്ചത്തിന്റെ ദൈവികത്വവും മഹത്തായ കൃപാകടാക്ഷവും- അതായത് അത് അദ്വിതീയരായ വ്യക്തികളെ മാത്രമേ നിർമ്മിക്കുന്നുള്ളു.

പുറംപരിധിയും കേന്ദ്രവും തമ്മിലുള്ള, ബാഹ്യ വും ആന്തരികവും തമ്മിലുള്ള, മനസ്സും നിർമ്മന വും തമ്മിലുള്ള, ദ്രവ്യവും അവബോധവും തമ്മിലുള്ള പാലമാകുന്നു ധ്യാനം.

28

പ്രഭാതമനനം

പ്രേമം നിങ്ങളെ സ്വതന്ത്രനാക്കുന്നു. നിങ്ങൾ എത്രകണ്ട് പ്രേമിക്കുന്നുവോ, അത്രകണ്ട് നിങ്ങൾ സ്വതന്ത്രനാകുന്നു. ആത്യന്തികതയിൽ കാർമേഘങ്ങളുടെ സ്വാതന്ത്ര്യം നിങ്ങൾക്കുണ്ടാകുന്നു. മേഘം സമ്പൂർണമായും സ്വതന്ത്രമാണ്: അതിന് ഒരു നിശ്ചിതരൂപമില്ല, അത് നിരന്തരം മാറിക്കൊണ്ടിരിക്കുന്നു, അത് പ്രവചനാതീതമാകുന്നു. ഒരു നിമിഷത്തിൽ അത് ഒരു ആനയെപ്പോലെയാണ്, മറ്റൊരു നിമിഷത്തിൽ അത് ഒരു കടുവയെപ്പോലെയും കാണപ്പെടുന്നു. ആർക്കും അറിയാനാവില്ല. ഒരു നിമിഷത്തിൽ അത് കിഴക്കോട്ട് നീങ്ങിക്കൊണ്ടിരിക്കും. മറ്റൊരു നിമിഷത്തിൽ അത് പടിഞ്ഞാറോട്ട് നീങ്ങിക്കൊണ്ടിരിക്കും. അത് തികച്ചും സ്വതന്ത്രമാണ്. അത് ഒരിടത്തും വേരുറച്ചിരിക്കുന്നില്ല. അതിന് ഭൂമിയിൽ വേരുകളില്ല. അതിനാൽ അതിനൊരു അള്ളിപ്പിടുത്തവുമില്ല. അതിന് ഒരു സംഗവുമില്ല. അത് ഒന്നിനോടും അടിപ്പെട്ടിരിക്കുന്നുമില്ല. പ്രേമവും അതുപോലെ തന്നെയാണ്: വേരുകളില്ലാതെ, അള്ളിപ്പിടുത്തമില്ലാതെ, സർവതന്ത്ര സ്വാതന്ത്ര്യത്തിൽ ഒരു മേഘം പോലെ അത് പൊങ്ങി ഒഴുകി നീങ്ങിക്കൊണ്ടിരിക്കുന്നു.

28

പ്രദോഷമനനം

ഉള്ളതിൽ വെച്ച് ഏറ്റവും മഹത്തായ ദിവ്യാത്ഭുത മത്രെ ധ്യാനം. ജാഗരണം പ്രാപിച്ച ആളുകളാൽ മാന വരാശിക്ക് നൽകപ്പെട്ട ഏറ്റവും മഹത്തായ വരദാന മത്രേ അത്. ശാസ്ത്രം പലതും നൽകിയിട്ടുണ്ട്. എന്നാൽ ധ്യാനത്തോട് താരതമ്യം ചെയ്യുമ്പോൾ അവയൊന്നും ഒന്നുമല്ല. ശാസ്ത്രത്തിന് എന്നെങ്കിലും ധ്യാനത്തോട് താരതമ്യം ചെയ്യാൻ പറ്റുന്ന എന്തെ ങ്കിലും സംഭാവന ചെയ്യാൻ കഴിയുമെന്ന് ആർക്കും ഭാവന ചെയ്യുവാൻ പോലും സാധ്യമല്ല. ഇന്നേവരെ മനുഷ്യന് ലഭിച്ചിട്ടുള്ള ഏറ്റവും മഹനീയമായ വരദാന മാണ് ധ്യാനം. എന്നെന്നേക്കുമായി അതുതന്നെയാ യിരിക്കും നമ്മുടെ ഏറ്റവും വലിയ വരദാനം. അത് സംശയാതീതമായി പ്രവചിക്കുവാൻ കഴിയും. അതി നുള്ള ലളിതമായ കാരണം ശാസ്ത്രം പഠിച്ചു കൊണ്ടിരിക്കുന്നത് വസ്തുനിഷ്ഠമായ ലോക ത്തെക്കുറിച്ചാണ്. ധ്യാനം നിങ്ങൾക്ക് നൽകുന്നത് നിങ്ങളുടെ ആത്മനിഷ്ഠമായ അസ്തിത്വത്തിന്റെ, നിങ്ങളുടെ ആന്തരിക ലോകത്തിന്റെ ഉടമസ്ഥതയാ ണ്. ആന്തരികം എല്ലായ്പ്പോഴും ബാഹ്യത്തേക്കാൾ ഉയർന്നതുമാകുന്നു. ശാസ്ത്രത്തിന് ശാസ്ത്രജ്ഞ നേക്കാൾ വലുതാകുവാൻ കഴിയില്ല, വ്യക്തമായും. നിരീക്ഷണ വിഷയത്തിന് നിരീക്ഷകനേക്കാൾ കൂടുതൽ ഉയർന്നതോ കൂടുതൽ മൂല്യവത്തോ ആകു വാൻ സാധ്യമല്ല.

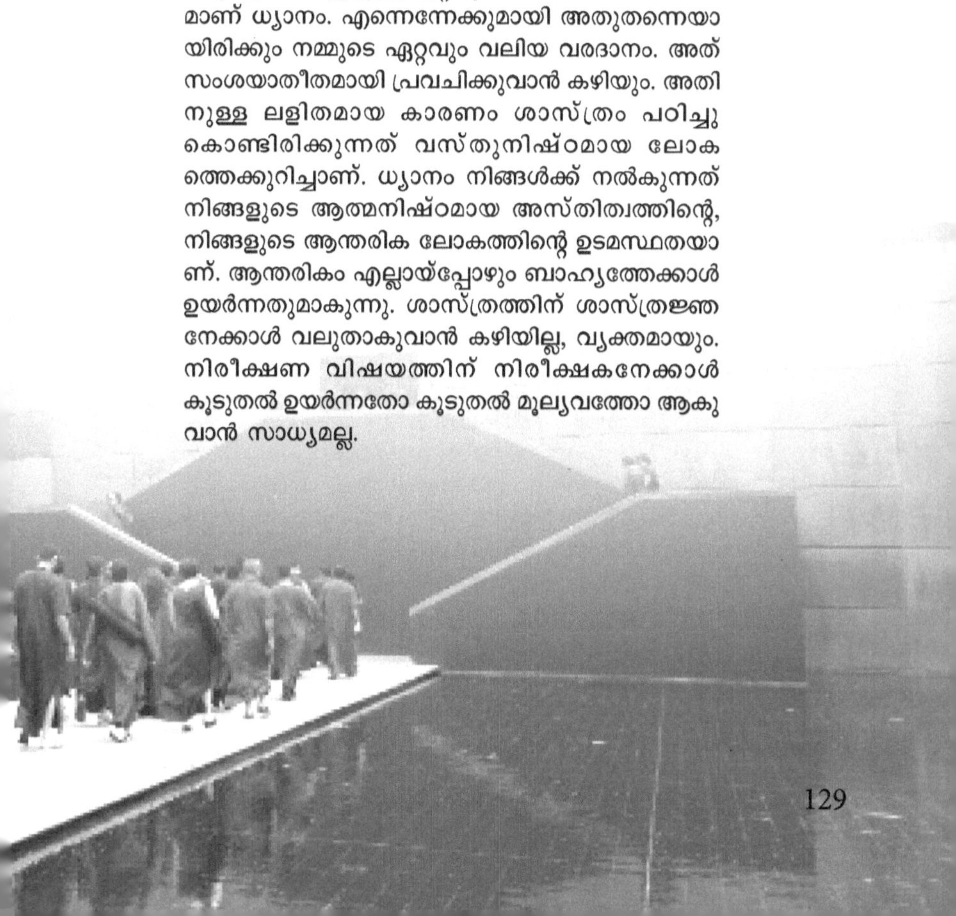

പ്രഭാതമനനം

പ്രേമമാണ് ഒരാളുടെ സത്തയിൽ സംഭവിക്കാവുന്ന ഏറ്റവും അഗാധമായ പ്രതിഭാസം. അത് അകക്കാമ്പിലോളം തുളച്ചു കയറുകയും അവിടം പ്രകാശമാനമാക്കുകയും ചെയ്യുന്നു, അത് നിങ്ങളെ പ്രകാശപൂർണമാക്കുന്നു. നിങ്ങൾ ആ പ്രകാശം പ്രസരിപ്പിക്കാൻ തുടങ്ങുന്നു. അത് സാധാരണ പ്രണയത്തിലും സംഭവിക്കുന്നുണ്ട്. നമുക്കതറിയുകയും ചെയ്യാം. നിങ്ങൾ ഒരു വ്യക്തിയെ അയാൾക്ക് പ്രണയമൊന്നുമില്ലാത്തപ്പോൾ കണ്ടിട്ടുണ്ട്. അതിനുശേഷം ഒരു ദിനം അയാൾ പ്രണയത്തിലായതിനുശേഷവും നിങ്ങളയാളെ കണ്ടിട്ടുണ്ട്. അയാളുടെ പ്രകാശം തികച്ചും വ്യത്യസ്തമാണ്, അയാളുടെ മുഖം തിളങ്ങുന്നു. അയാൾ സ്വയം പ്രകാശിതനാണെന്നു തോന്നുന്നു.

സാധാരണപ്രണയത്തിൽ പോലും ആളുകൾ സ്വയം പ്രകാശം പരത്തുന്നതായിത്തീരും. ഞാൻ പറഞ്ഞുകൊണ്ടിരിക്കുന്ന, യുഗങ്ങളായി ബുദ്ധന്മാരെല്ലാം പറഞ്ഞുകൊണ്ടിരിക്കുന്ന പ്രേമത്തെക്കുറിച്ച് എന്ത് പറയാൻ! ആ പ്രേമം നിങ്ങളും സമ്പൂർണ്ണ അസ്തിത്വവും തമ്മിലുള്ളതാണ്. നിങ്ങളാകെ കേവലം വെളിച്ചമായിത്തീരുന്നു. നിങ്ങളുടെ ശരീരം പിന്നീട് ഒരു ദ്രവ്യപ്രതിഭാസമല്ല, അത് പരിശുദ്ധമായ ഊർജ്ജമായിത്തീരുന്നു. നിങ്ങൾ കേവലം ഒരു അഗ്നിജ്വാലയാകുന്നു. ആ ജ്വാല എല്ലാ കാമനകളെയും നിറവേറ്റുന്നു. എല്ലാ അഭിവാഞ്ഛകളെയും സഫലീകരിക്കുന്നു. ആ ജ്വാല നിങ്ങളെ ദൈവമാകുന്ന അഗ്നിയുടെ ഭാഗമാക്കി മാറ്റുന്നു.

ഒരു പ്രേമദീപമായിത്തീരുക, ഒരു പ്രേമജ്വാല. ജീവിതവുമായി വികാരഭരിതമായ പ്രേമത്തിൽ വർത്തിക്കുക. അതിയായ തീവ്രത അതിനാവശ്യമുണ്ട്-തണുപ്പൻമട്ട് പ്രയോജനപ്പെടുകയില്ല. നിങ്ങളുടെ ജീവിതമാകുന്ന പന്തം ഒരേ സമയം രണ്ടറ്റത്തു നിന്നും കത്തിച്ചു പിടിക്കേണ്ടതുണ്ട്. അപ്പോൾ കേവലം ഒരു നിമിഷംപോലും നിത്യതയേക്കാൾ കൂടുതലാണ്.

പ്രദോഷമനനം

അജ്ഞാതത്തെക്കുറിച്ചുള്ള ഭയമാണ് എല്ലാത്തരം പീഡനങ്ങളെയും അള്ളിപ്പിടിച്ചുകൊണ്ടിരിക്കുവാൻ നിങ്ങളെ നിരന്തരം പ്രേരിപ്പിച്ചുകൊണ്ടിരിക്കുന്നത്. പീഡനം നിങ്ങളെ അള്ളിപ്പിടിക്കുകയല്ല, നിങ്ങൾ അതിനെ അള്ളിപ്പിടിക്കുകയാണ്. ആളുകൾ ഒന്നുമില്ലാത്തതിലും ഭേദമായി പീഡനത്തെ തെരഞ്ഞെടുക്കുന്നു. ഒന്നുമല്ലായ്മ പീഡനത്തേക്കാൾ മാത്രമല്ല അത് മറ്റെന്തിനേക്കാളും ഭേദമാണ്. അത് സമ്പൂർണതയേക്കാളും ഭേദമാണ്. ഒന്നുമല്ലാതിരിക്കൽ, ആരുമല്ലാതിരിക്കൽ, കേവലമൊരു ഉണ്മയായി വർത്തിക്കൽ, അതിന് തീർച്ചയായും തന്റേടം ആവശ്യമാണ്. വിദൂര തീരത്തേക്ക്, അങ്ങനെയൊന്നുണ്ടോ ഇല്ലയോ എന്നുപോലും അറിയാതെ സഞ്ചരിക്കലാണത്. ഇപ്പോൾ വളരെയധികം അറിഞ്ഞുകഴിഞ്ഞിട്ടുള്ള ഈ തീരം ഉപേക്ഷിച്ചുകൊണ്ട് അപ്പുറം ഉണ്ടായേക്കാവുന്നതോ ഇല്ലാത്തതോ ആയ എന്തോ ഒന്നിലേക്ക് ഒരു വമ്പൻ എടുത്തുചാട്ടം – അവിടെ ഒരു ഗാരണ്ടിയുമില്ല. അതുകൊണ്ടാണ് ഗുരു ആവശ്യമാകുന്നത്. ഗുരു അജ്ഞാതത്തെക്കുറിച്ചുള്ള, അജ്ഞാതത്തിനു വേണ്ടിയുള്ള ഒരു ഗാരണ്ടിയല്ല. മറിച്ച് അദ്ദേഹം ഒരു സാക്ഷിയാണ്, അദ്ദേഹത്തിന് നിങ്ങൾക്കു വേണ്ടി സത്യത്തെക്കുറിച്ച് ഉറപ്പു നൽകാനാവില്ല. അദ്ദേഹത്തിന് പങ്കുവെയ്ക്കുവാൻ മാത്രമേ കഴിയൂ. അത് ഇതാണ്: ''ഞാനത് അറിഞ്ഞുകഴിഞ്ഞു, ഞാനതിന് സാക്ഷിയാണ്.'' അങ്ങനെ അദ്ദേഹത്തിന്റെ കണ്ണിലൂടെ അകത്തേക്കു നോക്കി ആ വിശ്വസ്തത നിങ്ങൾക്കനുഭവിച്ചറിയാൻ കഴിയുമെങ്കിൽ, അദ്ദേഹത്തിന്റെ പ്രേമവും നിങ്ങൾക്കദ്ദേഹത്തോടുള്ള പ്രേമവും നിങ്ങൾക്കനുഭൂതമാകുന്നുണ്ടെങ്കിൽ, അപ്പോൾ ഒരു പരിവർത്തനവും അതിൽ നിന്ന് മറ്റു ചിലതും

ഉയർന്നു വരുന്നു; നിഗൂഢാത്മകമായ ചിലത് സംഭവിക്കാൻ തുടങ്ങുന്നു. നിഗൂഢാത്മകമായ ആ ബന്ധത്തെയാണ് ശിഷ്യത്വം എന്നു പറയപ്പെടുന്നത്, അതാണ് സന്ന്യാസം. അതാണ് ജീവിതത്തിലെ ഏറ്റവും നിഗൂഢാത്മകമായ അനുഭവം. പ്രണയമെന്ന അനുഭവം പോലും അതിനോട് താരതമ്യം ചെയ്താൽ ഒന്നുമല്ല.

പ്രഭാതമനനം

പ്രേമം, പരമാനന്ദം, ധ്യാനം, സത്യം- ഇവയെല്ലാം മഹാബലം ആവശ്യമുള്ളതാണ്. ഒരുവൻ ഒന്നിച്ചു ചേർന്നിരിക്കേണ്ടതുണ്ട്. സാധാരണഗതിയിൽ ആളുകൾ വെറും ശകലങ്ങളാണ്, ആയിരക്കണക്കിന് കഷ്ണങ്ങളായിരിക്കുന്നു. കഷ്ണങ്ങളവിടെയുണ്ടെങ്കിലും യാതൊരു ഉദ്ഗ്രഥനവുമില്ല. ദുർബ്ബലനായിരിക്കുകയെന്നാൽ വിഭജിതനായിരിക്കുക എന്നാണർത്ഥം, വിഭജിതമല്ലാതെ വർത്തിക്കലാണ് ബലം. നിങ്ങൾ വിഭജിതനല്ലാതെ വർത്തിക്കുമ്പോഴൊക്കെയും നിങ്ങൾ അക്ഷരാർത്ഥത്തിൽ ഒരു സവിശേഷ വ്യക്തി ആയിത്തീരുന്നു. വ്യക്തിയെന്നാൽ അവിഭാജ്യൻ എന്നർത്ഥം. അത് ബലം കൊണ്ടുവരികയും, ബലം ദൈവത്തിന്റെ അധിഷ്ഠാനമായിത്തീരുകയും ചെയ്യുന്നു.

ധ്യാനസങ്കേതങ്ങളെല്ലാം തന്നെ നിങ്ങളുടെ ശകലങ്ങളെ ഒരുമിപ്പിക്കുവാൻ വേണ്ടിയുള്ള, അവ അന്യോന്യം ഉരുകി ഒന്നായിത്തീരുവാൻ വേണ്ടിയുള്ള തന്ത്രങ്ങളാണ്. അത് നിങ്ങളിൽ ഒരുതരം ഏകത്വം സൃഷ്ടിക്കുന്നു, നിങ്ങളുടെ സത്തയ്ക്ക് ഒരു കേന്ദ്രം കൊണ്ടുവരുന്നു. ആ കേന്ദ്രം വളർന്നുവരാൻ തുടങ്ങുന്നതോടെ അജ്ഞാതത്തിലേക്ക് പോകുവാനാവശ്യമായ ധൈര്യം നിങ്ങൾക്കുണ്ടാകും; അപ്പോൾ എല്ലാ അപകടസാധ്യതകളും നിങ്ങൾ ഏറ്റെടുക്കും, എല്ലാം ബലികഴിക്കുവാൻ തയ്യാറാകും. ദൈവം അതാവശ്യപ്പെടുകയും ചെയ്യുന്നു- എല്ലാം ബലി കഴിക്കുക.- അപ്പോൾ മാത്രമേ നിങ്ങൾക്ക് പരമാനന്ദം അനുഭവിക്കുവാൻ കഴിയൂ. പ്രേമപൂർണനാകുവാൻ, സത്യവാനാകുവാൻ, ദൈവികമാകുവാൻ സാധ്യമാകൂ.

പ്രദോഷമനനം

മനുഷ്യന് രണ്ട് രീതിയിൽ ജീവിക്കുവാൻ കഴിയും. അയാൾക്ക് നാനാഭാഗങ്ങളിലും അടച്ചുപൂട്ടപ്പെട്ട, പെട്ടിയിൽ അടയ്ക്കപ്പെട്ട ഒരു ജീവിതം നയിക്കാം. ലക്ഷോപലക്ഷം ജനങ്ങൾ ഇത്തരം ജീവിതം തെരഞ്ഞെടുക്കുവാൻ ചില കാരണങ്ങളുണ്ട്- അത് സുരക്ഷിതമാണ്, അവിടെ സംരക്ഷണമുണ്ട്, അത് ഊഷ്മളമാണ്. എന്നാൽ അതിനേക്കാൾ എത്രയോ വിലപിടിച്ച ചിലത് അവർക്ക് നഷ്ടമാകുന്നുണ്ട്. കാരണം അവർക്ക് സത്യത്തിനുവേണ്ടിയുള്ള പര്യവേക്ഷണം, അതിന്റെ സാഹസികത നഷ്ടമാകും, അങ്ങനെ അവർക്ക് ദൈവികത്വവും പ്രേമവും, പ്രകാശവും നഷ്ടമാകും. വാസ്തവത്തിൽ അവർക്ക് എല്ലാം നഷ്ടമാകും. അവർക്ക് കിട്ടുന്നത് കേവലം സുഖകരമായൊരു മരണം മാത്രമാണ്. അവരുടെ ജീവിതം ശ്മശാന ജീവിതമാണ്. തീർച്ചയായും, ശ്മശാനത്തിൽ ഒരു അപകടവുമില്ല, മരിക്കാൻ ഒന്നുകൂടി നിങ്ങൾക്കാവില്ല. അതാണ് ഏറ്റവും സുരക്ഷിതമായ സ്ഥലം. പക്ഷെ അത് സുരക്ഷിതമാണെങ്കിലും നിങ്ങൾക്ക് ജീവൻ നഷ്ടപ്പെട്ടിരിക്കുന്നു.

ദൈവികത സാധ്യമാകുന്നത് ഒരുവൻ രണ്ടാമത്തെ തരത്തിൽ ജീവിക്കുവാൻ പഠിക്കുമ്പോൾ മാത്രമാണ്. ഒന്നാമത്തേത് പെട്ടിയിലടക്കപ്പെട്ടതാണ്. ലക്ഷക്കണക്കിനാളുകളുടെ തെരഞ്ഞെടുപ്പ് അതാണ്. അതുകൊണ്ടാണ് അവർ കേവലം സഞ്ചരിക്കുന്ന ശ്മശാനങ്ങളായിരിക്കുന്നത്- ജീവനോടെയിരിക്കുക എന്ന മൃഗീയമായ അർത്ഥത്തിൽ മാത്രമാണ് അവർ ജീവനോടെയിരിക്കുന്നത്. വാസ്തവത്തിൽ അതൊരു സസ്യജീവിതമാണ്. അവർക്ക് ആത്മാവുകളില്ല.

ഒരുവൻ അപകടകരമായി ജീവിതം നയിക്കാൻ തുടങ്ങുമ്പോഴാണ് ആദ്യമായി അവൻ ജീവിക്കാൻ തുടങ്ങുന്നത്. അപകടകരമായി ജീവിക്കുകയെന്നത് തന്നെയാണ് ദൈവികമായ ജീവിതം നയിക്കൽ. യേശു ആപത്കരമായി ജീവിച്ചു, ബുദ്ധൻ ആപത്കരമായി ജീവിച്ചു, സോക്രട്ടീസ് ആപത്കരമായി ജീവിച്ചു, അൽഹിലാജ് മൺസൂർ ആപത്കരമായി ജീവിച്ചു. എന്നാൽ ഇവരായിരുന്നു സവിശേഷവ്യക്തിത്വത്തിന്റെ ഉച്ചകോടിയിലെത്തിച്ചേർന്നിട്ടുള്ള ആളുകൾ. അവർക്ക് അവബോധത്തിന്റെ എവറസ്റ്റിനെ അറിയുവാൻ സാധ്യമായി.

പ്രഭാതമനനം

ചിരിയില്ലാതെ, മതം മൃതമാണ്. സമ്പൂർണ്ണമായൊന്ന് ചിരിക്കുവാൻ കഴിയുമ്പോൾ മാത്രമാണ്, മതം സജീവമായിത്തീരുന്നത്. അത് നിങ്ങളുടെ മുഴുവൻ കോശങ്ങളിലും നൃത്തം ചെയ്യത്തക്കവിധം, നിങ്ങളുടെ സത്തയിലാകെ കമ്പനം ചെയ്യത്തക്കവിധം തീവ്രമായ ഒരു ചിരി, തീവ്രവും ഹൃദയംഗമവുമായ ഒരു പൊട്ടിച്ചിരി; അപ്പോഴത് നിങ്ങളേക്കാൾ വലുതായ എന്തോ ഒന്നായിത്തീരുന്നു; അങ്ങനെ നിങ്ങൾ അതിൽ കേവലം ഒരു കൊച്ചുകാര്യമായി മാറുന്നു, അത് നിങ്ങളെ ഒരു പ്രകാശവലയം പോലെ ചൂഴ്ന്നു നില്ക്കുകയും നിങ്ങൾ അതിലേക്ക് അപ്രത്യക്ഷമാവുകയും ചെയ്യുന്നു.

ഒരു പൊട്ടിച്ചിരിയിൽ കൃത്യമായും അതാണ് സംഭവിക്കുന്നത്; നിങ്ങളുടെ അഹംബോധം അപ്രത്യക്ഷമാകുന്നു. പ്രാർത്ഥനയിൽ അത് അപ്രത്യക്ഷമാകാതെയിരിക്കാം; നിങ്ങളുടെ പ്രാർത്ഥന അതിനെ ബലപ്പെടുത്താനും മതി. പ്രാർത്ഥനയോടുകൂടിയവൻ, ''നിന്നെക്കാൾ കൂടുതൽ വിശുദ്ധൻ'' ആയിത്തീരുന്നു. നിങ്ങളുടെ അധികാരികളും അവരുടെ യതിചര്യാവാദവും കൊണ്ട് അഹംബോധം നശിക്കുകയില്ല- അത് കൂടുതൽ ഘനീഭവിക്കുകയും മൂർത്തമായിത്തീരുകയുമാണ് ചെയ്യുക. എന്നാൽ നല്ലൊരു ചിരി ചിരിക്കുമ്പോൾ അഹംബോധം അവിടെയുണ്ടാവുകയില്ല. ഒരു നിമിഷത്തേക്ക് ഒരു ജാലകം തുറക്കപ്പെടുന്നു. ആ ഒരു നിമിഷം അഹംബോധം ഉണ്ടാവുകയില്ല. അങ്ങനെ അഹംബോധം അവിടെയില്ലാതിരിക്കുമ്പോൾ, നിങ്ങൾ അവിടെയുണ്ട്. അഹംബോധം അവിടെ ഉണ്ടായിരിക്കുമ്പോൾ, നിങ്ങളില്ല.

പ്രദോഷമനനം

ദൈവത്തിന് ഒരു രൂപമില്ല, ഒരു നാമമില്ല, ഒരു നിർവ്വചനവുമില്ല. ദൈവം നിർവ്വചനാതീതമാണ്, വിവരണാതീതമാണ്, ആവിഷ്കാരവിധേയമല്ലാത്തതാണ്. അതിനാൽ ദൈവത്തെക്കുറിച്ച് പറയപ്പെട്ടിട്ടുള്ളതെല്ലാം തെറ്റാകുന്നു. പറയപ്പെടുന്ന നിമിഷം, അത് തെറ്റായിത്തീരുന്നു. ദൈവത്തിന്റെ കാര്യത്തിൽ ഒരുവന് ശരിയാകുവാൻ കഴിയുന്നത് അവൻ നിശ്ശബ്ദനായിരിക്കുമ്പോൾ മാത്രമാണ്. ഒരു വാക്ക് ഉച്ചരിക്കുകയാണെങ്കിൽ, അപ്പോഴേക്കും നിങ്ങൾക്ക് കാര്യം നഷ്ടമാകും. ദൈവത്തെക്കുറിച്ച് യാതൊന്നും പറയാൻ സാധ്യമല്ല. എന്നാൽ ദൈവം ഒരു അനുഭവമായിത്തീരാം. തെളിവൊന്നുമില്ല, യൗക്തികമായ ഉറപ്പൊന്നുമില്ല, എന്നാൽ അസ്തിത്വാത്മകമായി ചിലതുണ്ട്.

സന്ന്യാസം കാര്യങ്ങളെ നോക്കിക്കാണുന്നതിനുള്ള ഒരു പുതിയ രീതി ആകുന്നു. പതുക്കെപതുക്കെ ദൈവം എല്ലായിടത്തുനിന്നും എത്തിനോക്കുവാൻ തുടങ്ങുന്ന രീതിയിലുള്ള ഒരു വീക്ഷണഗതിയാണത്. അവന് രൂപമൊന്നുമില്ലെങ്കിലും സാധ്യമായ എല്ലാ രൂപങ്ങളിലും അവൻ സ്വയം ആവിഷ്കൃതനാകുവാൻ തുടങ്ങുന്നു. എല്ലാ രൂപങ്ങളിലും അവനെ നിങ്ങൾ അനുഭവിച്ചറിയുവാൻ തുടങ്ങുന്നു.

ഒരർത്ഥത്തിൽ, ഒരു തിരയും സമുദ്രമല്ല. മറ്റൊരർത്ഥത്തിൽ, എല്ലാ തിരയും സമുദ്രമാണ്. ഒരർത്ഥത്തിൽ ഒരു രൂപവും ദൈവമല്ല; മറ്റൊരർത്ഥത്തിൽ എല്ലാ രൂപവും ദൈവികമാണ്.

മനസ്സിന് ഒന്നും അറിയുവാൻ കഴിയുന്നില്ല. കാരണം മനസ്സിന് രൂപങ്ങൾ മാത്രമേ പിടിച്ചെടുക്കു

വാൻ കഴിയൂ. അരൂപിയായതിനെ അറിയണമെങ്കിൽ നിങ്ങൾക്ക് മനസ്സിനപ്പുറം പോകേണ്ടി വരും, ഓരോ ദിവസവും അല്പനിമിഷങ്ങളെങ്കിലും മനസ്സിനെ കൈവെടിയേണ്ടി വരും, അങ്ങനെ നിങ്ങൾക്ക് ദൈവത്തിൽ കുളിച്ചു നിൽക്കുവാനാകും. ഈ നിമിഷങ്ങൾ മാത്രമാണ് നിങ്ങൾ ജീവിച്ചിട്ടുണ്ടാവുക; മറ്റുള്ള നിമിഷങ്ങളെല്ലാം അഴുക്കുചാലിലൂടെ ഒഴുകി പോകും, അവ സംരക്ഷിക്കപ്പെടുകയില്ല- നിങ്ങൾ ദൈവത്തോടൊപ്പം ജീവിച്ചിട്ടുള്ള, ദൈവ സാന്നിധ്യത്തിൽ ജീവിച്ചിട്ടുള്ള ആ നിമിഷങ്ങൾ മാത്രമാണ് സംരക്ഷിക്കപ്പെടുന്നത്.

Notes

Notes

www.ingramcontent.com/pod-product-compliance
Lightning Source LLC
LaVergne TN
LVHW040747051026
849519LV00007BA/2468
* 9 7 8 9 3 5 5 1 7 4 3 6 9 *